കമ്പ്യൂട്ടർ വേഗത്തിൽ കണക്കു ചെയ്യാം

Computer vegathil kanakku cheyyam
Study

M R C Nair

CHINTHA PUBLISHERS
Thiruvananthapuram

First Edition
May 2023

Published
Chintha Publishers, Thiruvananthapuram

Typesetting
Star Communications, Thiruvananthapuram

Printed at
Repro India Ltd, Mumbai

Cover Design
Vinod Mangoes

ISBN : 978-93-94753-90-7

CO - 3273 / 6501

₹ 190

Email: chinthapublishers@gmail.com
Website: www.chinthapublishers.com

A version is available at National Libraries
Kolkata, Mumbai, Chennai and Delhi

Distribution
DESHABHIMANI BOOKHOUSE
H O Thiruvananthapuram 695035

Branch
Head Office Kunnukuzhi • Statue Thiruvananthapuram
KSRTC Bus Terminal Thampanoor • Saphalyam Complex Thiruvananthapuram
KSRTC Bus Station Alappuzha • KSRTC Bus Station Ernakulam
Machingal Lane Thrissur • IG Road Kozhikode
Mavoor Road Kozhikode • NGO Union Building Kannur
Central Bus Terminal Complex Thavakkara Kannur

കമ്പ്യൂട്ടർ വേഗത്തിൽ കണക്കു ചെയ്യാം

എം ആർ സി നായർ

ചിന്ത പബ്ലിഷേഴ്സ്
തിരുവനന്തപുരം-695 035
വില : ₹190

എം ആർ സി നായർ

മുഴുവൻ പേര് എം രാമചന്ദ്രൻ നായർ. ജനനം 1947 ജനുവരി 21 ന് മാവേലിക്കര താലൂക്കിൽ കരിമുളയ്ക്കൽ എന്ന സ്ഥലത്ത്. ഗണിതശാസ്ത്രത്തിൽ ബിരുദവും ഇംഗ്ലീഷ് സാഹിത്യത്തിൽ ബിരുദാനന്തര ബിരുദവും നേടി. 1970 ൽ അദ്ധ്യാപകനായി. 1998 ൽ *ഗണിതകഥകൾക്ക്* അദ്ധ്യാപക കലാവേദി അവാർഡ് ലഭിച്ചു. 1999 ൽ മികച്ച അദ്ധ്യാപകനുള്ള ദേശീയ അവാർഡ് നേടി. *കണക്കുള്ള കഥകൾ* എന്ന കൃതിക്ക് കേരള ശാസ്ത്ര സാങ്കേതിക പരിസ്ഥിതി കൗൺസിലിന്റെ 2008 ലെ ബാലസാഹിത്യ അവാർഡ് ലഭിച്ചു. *ഗണിതശാസ്ത്ര നിഘണ്ടു* അടക്കം നാല്പതോളം ഗ്രന്ഥങ്ങൾ പ്രസിദ്ധീകരിച്ചു. ഇപ്പോൾ കോട്ടയം കേന്ദ്രമായി പ്രവർത്തിക്കുന്ന കേരള ഗണിത ശാസ്ത്ര പരിഷത്തിന്റെ പ്രധാന പ്രവർത്തകരിൽ ഒരാളാണ്.

ഭാര്യ : വിജയമ്മ (റിട്ട. അദ്ധ്യാപിക-പരേത)
മക്കൾ : അശ്വതി, പ്രിയ
വിലാസം : കരിമുളയ്ക്കൽ, കോമല്ലൂർ പി ഒ
ചാരുംമൂട്, ആലപ്പുഴ - 690505
ഫോൺ : 7012901342

ഉള്ളടക്കം

ആമുഖം

കണക്കിലെ എളുപ്പവഴികളാണ് ഈ പുസ്തകത്തിലെ പ്രതിപാദ്യ വിഷയം. ട്രാഷൻ ബർഗ് രീതിയും വേദഗണിത സമ്പ്രദായങ്ങളും രണ്ടും കൂടാതെ ലേഖകന്റെ ദീർഘകാലത്തെ അദ്ധ്യാപന പരിചയത്തിൽ നിന്നുരുത്തിരിഞ്ഞ ചില എളുപ്പ വഴികളും ഉൾപ്പെടുന്നതാണ് പുസ്തകം. കുട്ടികളിൽ യുക്തിബോധം വളർത്തുന്നതിനും അവരുടെ ഓർമ്മശക്തി വർദ്ധിപ്പിക്കുന്നതിനും ഇതിലെ കണക്കുകൾ ഉപകരിക്കും.

മത്സരപ്പരീക്ഷ എഴുതുന്നവർക്ക് ഈ പുസ്തകം ഏറെ ഗുണം ചെയ്യും. വേഗത്തിലുള്ള കണക്കുകൂട്ടലുകൾ ഇതിൽ വിശദമായി പ്രതിപാദിച്ചിട്ടുണ്ട്. ഉത്തരം കണ്ടെത്താനുള്ള എളുപ്പ വഴികളും കാണിച്ചിരിക്കുന്നു.

ഓരോ ക്രിയയും കോളം വരച്ചും പട്ടികപ്പെടുത്തിയും ദീർഘമായി പ്രതിപാദിച്ചിരിക്കുന്നതുകൊണ്ട് വലുപ്പം തോന്നിക്കും. അതിനാൽ ഇതിലെന്ത് എളുപ്പവഴി എന്ന് ചിലരെങ്കിലും ചിന്തിച്ചേക്കാം. തുടക്കക്കാരെ ഉദ്ദേശിച്ചുള്ള ഇത്തരം വിവരണങ്ങൾ കണ്ടു പേടിക്കേണ്ട, പരിചയിച്ചു കഴിഞ്ഞാൽ ഒറ്റവരിയിൽ ഉത്തരമെഴുതാവുന്ന ചോദ്യങ്ങളാണവയൊക്കെ.

ഈ പുസ്തകത്തിൽ പരാമർശിക്കുന്ന രീതിയിൽ ഗണിത

ക്രിയകൾ പരിശീലിക്കുന്ന കുട്ടികൾക്ക് കണക്കിൽ രസം കയറുമെന്നുറപ്പാണ്. അദ്ധ്യാപകരും രക്ഷകർത്താക്കളും മനസ്സുവച്ചാൽ അവർ മൊബൈലു കളഞ്ഞിട്ട് കണക്കിലേക്കു ചേക്കേറുന്നതു കാണാം. വിദ്യാർത്ഥികൾക്കും അദ്ധ്യാപകർക്കും ഏറെ ഗുണം ചെയ്യുന്ന ഈ പുസ്തകം ഗണിതത്തെ വിശ്രമവേളകളിലെ വിനോദത്തിനായി ഉപയോഗപ്പെടുത്തുന്നവർക്ക് ഒരുത്തമ സുഹൃത്തായിരിക്കും.

എം ആർ സി നായർ

വർഗ്ഗം കാണാം

രണ്ടക്ക സംഖ്യകളുടെ വർഗ്ഗം കാണാനുള്ള എളുപ്പവഴിയാണ് നമ്മളിവിടെ ചർച്ച ചെയ്യുന്നത്. 25 ന്റെ വർഗ്ഗം 25 × 25 = 625 ആണ്. അതുപോലെ 72 ന്റെ വർഗ്ഗം 72 × 72 = 5184. ഈ ക്രിയകൾ എളുപ്പവഴിയിൽ ചെയ്യുന്നതെങ്ങനെയെന്നു കാണുക. ആദ്യം 45 ന്റെ വർഗ്ഗം കാണാം.

പത്ത്	2 × പത്ത് × ഒറ്റ	ഒറ്റ
4		5
16	40	25
16	42	5
20	2	5

സംഖ്യ 45. മൂന്നാം കോളത്തിൽ 5 നു താഴെ അതിന്റെ വർഗ്ഗം 25 എഴുതിയിരിക്കുന്നു. അതുപോലെ 4 നു 16 എഴുതിയിരിക്കുന്നു. ഇടത്തേ കോളത്തിലെ 40 അഞ്ചും നാലും കൂടി ഗുണിച്ചതിന്റെ ഇരട്ടിയാണ്.

ഇനി നാലാം കോളം കാണുക. 25 ന്റെ 5 അവിടെ എഴുതിയിട്ട് 2 ഇടതുവശത്തേ 40 നോട് കൂട്ടി 42 എന്നെഴുതി. ഇടത്തേ അറ്റത്തെ 16 അതേപോലെ ഇറക്കി എഴുതി.

അഞ്ചാം വരിയിൽ വലത്തേയറ്റം 5 തന്നെ. നടുക്ക് 42 ലെ 2 എഴുതുന്നു. 4 ഇടത്തേ അറ്റത്തെ 16 നോട് കൂട്ടി 20 എന്നെഴുതി. ചേർത്തു വായിച്ചാൽ ഉത്തരമായി, 2025. അതായത് 45 × 45 = 2025.

ഇനി 76 ന്റെ വർഗ്ഗം കാണാം. ആദ്യമൊക്കെ ഇവിടെ കാണുന്നതുപോലെ ഒരു പട്ടികയുണ്ടാക്കുന്നതു നല്ലതാണ്. വിശേഷിച്ചും വിദ്യാർത്ഥികൾക്ക്, മനസ്സിലായി കഴിഞ്ഞാൽ പിന്നെ പട്ടികയുടെ ആവശ്യമില്ല.

പത്ത്	2 × പത്ത് × ഒറ്റ	ഒറ്റ
7		6
49	84	36
49	87	6
57	7	6

സംഖ്യ 76. മൂന്നാം വരിയിൽ 6 നു താഴെ 36.7 നു താഴെ 49. സംഖ്യകളുടെ ഗുണനഫലത്തിന്റെ ഇരട്ടിയാണ് ഇടയ്ക്ക് എഴുതിയിരിക്കുന്ന 84.

അടുത്ത വരിയിൽ 36 ലെ 6 എഴുതിയിട്ട് 3 ഇടതുവശത്തെ 84 നോടു കൂട്ടി 87 എന്നെഴുതി. ഇടത്തേ അറ്റത്തെ ഇറക്കി എഴുതി അവസാനത്തെ വരിയിൽ ഒറ്റയുടെ സ്ഥാനത്തെ 6 ഇറക്കി എഴുതി. ഇടതുവശത്ത് 87 ന്റെ 7 എഴുതിയിരിക്കുന്നു. 8 ഇടത്തേയറ്റത്തുള്ള 49 നോടു കൂടി 57 എന്നും എഴുതി. അങ്ങനെ ഉത്തരം 5776 എന്നു കിട്ടി. അതായത് 76 × 76 = 5776.

49 ന്റെ വർഗ്ഗം കാണാം.

പത്ത്	2 × പത്ത് × ഒറ്റ	ഒറ്റ
4		9
16	72	81
16	80	1
24	0	1

$49 \times 49 = 2401$

32 ന്റെ വർഗ്ഗം കാണാം.

പത്ത്	2 × പത്ത് × ഒറ്റ	ഒറ്റ
3		2
9	12	4
10	2	4

$32 \times 32 = 1024$

കൂടുതൽ ഉദാഹരണങ്ങളെടുത്ത് പരിശീലനം തുടരുക. രണ്ടക്ക സംഖ്യകളുടെ വർഗ്ഗം ഇനി ഒരു പ്രശ്നമേ അല്ലാതാകും.

പൂജ്യത്തിൽ അവസാനിക്കുന്ന സംഖ്യകൾ

പൂജ്യത്തിൽ അവസാനിക്കുന്ന സംഖ്യകൾ ഗുണിക്കുന്നതിനുള്ള എളുപ്പവഴി നോക്കാം. ഇതു വളരെ എളുപ്പമാണ്. എല്ലാവരും ചെയ്തുകൊണ്ടിരിക്കുന്നതുമാണ്. പൂജ്യം ഒഴികെയുള്ള ഭാഗങ്ങൾ ഗുണിച്ചിട്ട് ആകെ എത്ര പൂജ്യങ്ങളുണ്ടോ അത്രയും പൂജ്യങ്ങൾ ചേർക്കുക.

1. 40×60 എത്ര?

   4, 6 ഇവയുടെ ഗുണനഫലം 24. ആകെ രണ്ടു പൂജ്യങ്ങളുണ്ട്. അപ്പോൾ ഗുണനഫലം 2400 ആകും. $40 \times 60 = 2400$.

2. 75×30 എത്ര?

   75, 3 ഇവയുടെ ഗുണനഫലം കാണുക. $75 \times 3 = 225$. പൂജ്യങ്ങളുടെ എണ്ണം 1. അപ്പോൾ ഗുണനഫലം 2250. $75 \times 30 = 2250$.

3. 100×250 എത്ര?

പൂജ്യം ഒഴിച്ചുള്ള ഭാഗങ്ങൾ ഗുണിക്കുക. $1 \times 25 = 25$. ആകെ 3 പൂജ്യങ്ങളുണ്ട്. അപ്പോൾ ഗുണനഫലം 25000, $100 \times 250 = 25000$.

4. 10×101 എത്ര?

പൂജ്യം ഒഴികെയുള്ള ഭാഗങ്ങൾ 1, 101. $1 \times 101 = 101$. പൂജ്യങ്ങളുടെ എണ്ണം 1. ഗുണനഫലം 1010.

കൂടുതൽ ഉദാഹരണങ്ങൾ കാണുക.

5. 270×10 എത്ര?

$$27 \times 1 = 27$$

$$270 \times 10 = 2700$$

6. 1000×80 എത്ര?

$$1 \times 8 = 8$$

$$1000 \times 80 = 80000$$

7. 45×300 = എത്ര?

$$45 \times 3 = 135$$

$$45 \times 300 = 13500$$

8. 2000×45 എത്ര?

$$2 \times 45 = 90$$

$$2000 \times 45 = 90000$$

9. $70 \times 30 \times 10$ എത്ര?

$7 \times 3 \times 1 = 21$

$70 \times 30 \times 10 = 21000$

10. $600 \times 20 \times 40$ എത്ര?

$6 \times 2 \times 4 = 48$

$600 \times 20 \times 40 = 480000$

11. $80 \times 40 \times 150$ എത്ര?

$8 \times 4 \times 15 = 480$

$80 \times 40 \times 150 = 480000$

12. $7 \times 100 \times 500$ എത്ര?

$7 \times 1 \times 5 = 35$

$7 \times 100 \times 500 = 350000$

13. $100 \times 10 \times 1000$ എത്ര?

$1 \times 1 \times 1 = 1$

$100 \times 10 \times 1000 = 1000000$

14. $200 \times 500 \times 30$ എത്ര?

$2 \times 5 \times 3 = 30$

$200 \times 500 \times 30 = 3000000$

15. $12 \times 400 \times 500$ എത്ര?

$12 \times 4 \times 5 = 240$

$12 \times 400 \times 500 = 2400000$

16. $2000 \times 8 \times 250$ എത്ര?

$2 \times 8 \times 25 = 400$

$2000 \times 8 \times 250 = 4000000$

17. $10 \times 1001 \times 100$ എത്ര?

$1 \times 1001 \times 1 = 1001$

$10 \times 1001 \times 100 = 1001000$

18. $200 \times 11 \times 150$ എത്ര?

$2 \times 11 \times 15 = 330$

$200 \times 11 \times 150 = 330000$

19. $7 \times 70 \times 700$ എത്ര?

$7 \times 7 \times 7 = 343$

$7 \times 70 \times 700 = 343000$

20. $4 \times 404 \times 400$ എത്ര?

$4 \times 404 \times 4 = 6464$

$4 \times 404 \times 400 = 646400$

കൂടുതൽ ഉദാഹരണങ്ങൾ എഴുതി പരിശീലനം തുടരുക.

തുക 10 വന്നാൽ

ചുവടെ കൊടുത്തിരിക്കുന്ന ചോദ്യം കാണുക.

1. $47 \times 5 + 47 \times 3 + 47 \times 2$ എത്ര?

ഇവിടെ മൂന്നു പദങ്ങളുണ്ട്.

47×5

47×3

47×2

മൂന്നു പദങ്ങളിലും 47 പൊതു ഘടകമാണ്. അപ്പോൾ എളുപ്പവഴി ഇങ്ങനെ.

$$47 \times 5 + 47 \times 3 + 47 \times 2$$

$$= 47\ (5 + 3 + 2)$$

$$= 47 \times 10$$

$= 470$

2. $237 \times 8 + 237 \times 2$ ക്രിയ ചെയ്യുക.

$237 \times 8 \quad + 237 \times 2$

$= 237 (8 + 2)$

$= 237 \times 10$

$= 2370$

3. $81 \times 8 + 81 \times 7 - 81 \times 5$ ക്രിയ ചെയ്യുക.

$81 \times 8 + 81 \times 7 - 81 \times 5$

$= 81 (8 + 7 - 5)$

$= 81 \times 10$

$= 810$

4. $16 \times 4 + 16 \times 7 - 16$ ക്രിയ ചെയ്യുക.

$16 \times 4 + 16 \times 7 - 16$

$= 16 (4 + 7 -1)$

$= 16 \times 10$

$= 160$

5. $25 \times 17 + 25 \times 3$ എത്ര?

$25 \times 17 + 25 \times 3$

$= 25\ (17 + 3)$

$= 25 \times 20$

$= 500$

ഇവിടെ പൊതുഘടകം എടുത്തു കഴിഞ്ഞ് തുക 10 അല്ല 20 വരും. എങ്കിലും പൂജ്യത്തിൽ അവസാനിക്കുന്ന സംഖ്യ യായതുകൊണ്ട് എളുപ്പവഴിയിൽ ഗുണനഫലം കാണാം.

6. $42 \times 17 + 42 \times 33$ ക്രിയ ചെയ്യുക.

$42 \times 17 + 42 \times 33$

$= 42\ (17 + 33)$

$= 42 \times 50$

$= 2100$

7. $19 \times 8 + 19 \times 22$ ക്രിയ ചെയ്യുക.

$19 \times 8 + 19 \times 22$

$= 19\ (8 + 22)$

$= 19 \times 30$

$= 570$

8. $15.7 \times 7 + 15.7 \times 3$ ക്രിയ ചെയ്യുക.

$15.7 \times 7 + 15.7 \times 3$

$= 15.7\ (7 + 3)$

$= 15.7 \times 10$

$= 157$

ഒരു ദശാംശ സംഖ്യയെ 10 കൊണ്ടു ഗുണിക്കുന്നതിന് ദശാംശകുത്ത് ഒരു സ്ഥാനം വലത്തോക്കു മാറ്റിയാൽ മതിയാകും.

$1.5 \times 10 = 15$

$4.7 \times 10 = 47$

$87.1 \times 10 = 871$

$69.4 \times 10 = 694$

$7.32 \times 10 = 73.2$

$14.85 \times 10 = 148.5$

9. $32.5 \times 6 + 32.5 \times 2 + 32.5 \times 2$ ക്രിയ ചെയ്യുക.

$32.5 \times 6 + 32.5 \times 2 + 32.5 \times 2$

$= 32.5\ (6 + 2 + 2)$

$= 32.5 \times 10$

$= 325$

10. $40.5 \times 8 + 40.5 \times 2$ എത്ര?

$40.5 \times 8 + 40.5 \times 2$

$= 40.5\ (8 + 2)$

$= 40.5 \times 10$

$= 405$

11. $17.4 \times 32 + 17.4 \times 18$ എത്ര?

$17.4 \times 32 + 17.4 \times 18$

$= 17.4\ (32 + 18)$

$= 17.4 \times 50$

$= 174 \times 5$

$= 870$

12. $7.5 \times 6 + 25.6$ എത്ര?

$7.5 \times 6 + 2.5 \times 6$

$= 6\ (7.5 + 2.5)$

$= 6 \times 10$

$= 60$

13. $10.5 \times 15 - 5 \times 10.5$ എത്ര?

$10.5 \times 15 - 5 \times 10.5$

$= 10.5 (15 - 5)$

$= 10.5 \times 10$

$= 105$

14. $75 \times 40 - 40 \times 65$ എത്ര?

$75 \times 40 - 40 \times 65$

$= 40 (75 - 65)$

$= 40 \times 10$

$= 400$

15. $67 \times 7 - 6 \times 67$ എത്ര?

$67 \times 7 - 6 \times 67$

$= 67 (7 - 6)$

$= 67 \times 1$

$= 67$

തുക 100 വന്നാൽ

തുക 10 വരുമ്പോഴുള്ള എളുപ്പവഴി തുക നൂറോ നൂറിന്റെ ഗുണിതങ്ങളോ വരുമ്പോഴും സാദ്ധ്യമാണ്. ഉദാഹരണങ്ങളിലൂടെ ഇതു വ്യക്തമാക്കാം.

1. $17 \times 69 + 17 \times 31$ ക്രിയ ചെയ്യുക.

$17 \times 69 + 17 \times 31$

$= 17\,(69 + 31)$

$= 17 \times 100$

$= 1700$

2. $81 \times 18 + 6 \times 18 + 13 \times 18$ ക്രിയ ചെയ്യുക.

$81 \times 18 + 6 \times 18 + 13 \times 18$

$= 18\,(81 + 6 + 13)$

$= 18 \times 100$

$= 1800$

3. $133 \times 70 - 33 \times 70$ എത്ര?

$133 \times 70 - 33 \times 70$

$= 70 (133 - 33)$

$= 70 \times 100$

$= 7000$

4. $111 \times 85 + 111 \times 40 - 111 \times 25$ ക്രിയ ചെയ്യുക.

$111 \times 85 + 111 \times 40 - 111 \times 25$

$= 111 (85 + 40 - 25)$

$= 111 \times 100$

$= 11100$

5. $111 \times 89 - 7 \times 89 - 4 \times 89$ ക്രിയ ചെയ്യുക.

$111 \times 89 - 7 \times 89 - 4 \times 89$

$= 89 (111 - 7 - 4)$

$= 89 \times 100$

$= 8900$

6. $105 \times 13 + 18 \times 13 - 13 \times 23$ ക്രിയ ചെയ്യുക.

$105 \times 13 + 18 \times 13 - 13 \times 23$

$= 13\ (105 + 18 - 23)$

$= 13 \times 100$

$= 1300$

7. $79 \times 14.32 + 12 \times 14.32 + 14.32 \times 9$ ക്രിയ ചെയ്യുക.

$79 \times 14.32 + 12 \times 14.32 + 14.32 \times 9$

$= 14.32\ (79 + 12 + 9)$

$= 14.32 \times 100$

$= 1432$

ഒരു ദശാംശ സംഖ്യയെ 100 കൊണ്ടു ഗുണിക്കുന്നതിന് ദശാംശ കുത്ത് രണ്ടു സ്ഥാനം വലത്തോട്ടു നീക്കിയാൽ മതിയാകും.

$18.75 \times 100 = 1875$

$40.02 \times 100 = 4002$

$87.93 \times 100 = 8793$

$71.01 \times 100 = 7101$

$8.752 \times 100 = 875.2$

$16.439 \times 100 = 1643.9$

$27.365 \times 100 = 2736.5$

$47.001 \times 100 = 4700.1$

$99.101 \times 100 = 9910.1$

8. $146 \times 2.72 + 43 \times 2.72 + 2.72 \times 11$ ക്രിയ ചെയ്യുക.

$146 \times 2.72 + 43 \times 2.72 + 2.72 \times 11$

$= 2.72\ (146 + 43 + 11)$

$= 2.72 \times 200$

$= 272 \times 2$

$= 544$

9. $63.13 \times 235 + 45 \times 63.13 + 63.13 \times 20$ ക്രിയ ചെയ്യുക.

$63.13 \times 235 + 45 \times 63.13 + 63.13 \times 20$

$= 63.13\ (235 + 45 + 20)$

$= 63.13 \times 300$

$= 6313 \times 3$

$= 18939$

10. $7.4 \times 110 - 10 \times 7.4$ ക്രിയ ചെയ്യുക.

$7.4 \times 110 - 10 \times 7.4$

$= 7.4 (110 - 10)$

$= 7.4 \times 100$

$= 7.40 \times 100$

$= 740$

100 കൊണ്ടുള്ള ഗുണനത്തിന് രണ്ടു ദശാംശസ്ഥാനം മുന്നോട്ടു മാറണം. ഇവിടെ ഒരു സ്ഥാനമേയുള്ളൂ. അതുകൊണ്ടാണ് ഒരു പൂജ്യം കൂടി ചേർത്ത് രണ്ടു സ്ഥാനമാക്കിയത്.

11. $917 \times 17 + 17 \times 83$ ക്രിയ ചെയ്യുക.

$917 \times 17 + 17 \times 83$

$= 17 (917 + 83)$

$= 17 \times 1000$

$= 17000$

12. $16 \times 789 + 211 \times 16$ ക്രിയ ചെയ്യുക.

$16 \times 789 + 211 \times 16$

$= 16 (789 + 211)$

$= 16 \times 1000$

$= 16000$

13. $1001 \times 11 - 8 \times 1001 - 3 \times 1001$ ക്രിയ ചെയ്യുക.

$$1001 \times 11 - 8 \times 1001 - 3 \times 1001$$

$$= 1001\ (11 - 8 - 3)$$

$$= 1001 \times 0$$

$$= 0$$

101 ന്റെ പ്രത്യേകത

ഒരു രണ്ടക്ക സംഖ്യയെ 101 കൊണ്ടു ഗുണിച്ചാൽ അതിലെ അക്കങ്ങൾ ആവർത്തിച്ചുവരുന്ന നാലക്ക സംഖ്യയായിരിക്കും ഉത്തരം.

$73 \times 101 = 7373$

$42 \times 101 = 4242$

$19 \times 101 = 1919$

$44 \times 101 = 4444$

$55 \times 101 = 5555$

101 ന്റെ ഈ പ്രത്യേകത എളുപ്പവഴിക്കുള്ള ക്രിയയ്ക്ക് പ്രയോജനപ്പെടുത്താം. ഉദാഹരണങ്ങൾ കാണുക.

1. $73 \times 69 + 28 \times 69$ ക്രിയ ചെയ്യുക.

$$73 \times 69 + 28 \times 69$$

$= 69\ (73 + 28)$

$= 69 \times 101$

$= 6969$

2. $57 \times 13 + 44 \times 13$ ക്രിയ ചെയ്യുക.

$57 \times 13 + 44 \times 13$

$= 13\ (57 + 44)$

$= 13 \times 101$

$= 1313$

3. $33 \times 16 + 44 \times 16 + 24 \times 16$ എത്ര?

$33 \times 16 + 44 \times 16 + 24 \times 16$

$= 16\ (33 + 44 + 24)$

$= 16 \times 101$

$= 1616$

4. $125 \times 41 - 24 \times 41$ ക്രിയ ചെയ്യുക.

$125 \times 41 - 24 \times 41$

$= 41\ (125 - 24)$

$= 41 \times 101$

$= 4141$

5. $96.5 \times 17 + 4.5 \times 17$ ക്രിയ ചെയ്യുക.

$96.5 \times 17 + 4.5 \times 17$

$= 17\ (96.5 + 4.5)$

$= 17 \times 101$

$= 1717$

6. $69.4 \times 77 + 31.6 \times 77$ ക്രിയ ചെയ്യുക.

$69.4 \times 77 + 31.6 \times 77$

$= 77\ (69.4 + 31.6)$

$= 77 \times 101$

$= 7777$

7. $70 \times 25 + 40 \times 25 - 9 \times 25$ ക്രിയ ചെയ്യുക.

$70 \times 25 + 40 \times 25 - 9 \times 25$

$= 25\ (70 + 40 - 9)$

$= 25 \times 101$

$= 2525$

8. $70\frac{1}{2} \times 41 + 10\frac{1}{2} \times 41 + 20 \times 41$ ക്രിയ ചെയ്യുക.

$70\frac{1}{2} \times 41 + 10\frac{1}{2} \times 41 + 20 \times 41$

$= 41 (70\frac{1}{2} + 10\frac{1}{2} + 20)$

$= 41 \times 101$

$= 4141$

9. $85\frac{1}{2} \times 14 + 4\frac{1}{2} \times 14 + 11 \times 14$ ക്രിയ ചെയ്യുക.

$85\frac{1}{2} \times 14 + 4\frac{1}{2} \times 14 + 11 \times 14$

$= 14 (85\frac{1}{2} + 4\frac{1}{2} + 11)$

$= 14 \times 101$

$= 1414$

10. $66\frac{1}{3} \times 45 + 13\frac{2}{3} \times 45 + 21 \times 45$ ക്രിയ ചെയ്യുക.

$66\frac{1}{3} \times 45 + 13\frac{2}{3} \times 45 + 21 \times 45$

$= 45 (66\frac{1}{3} + 13\frac{2}{3} + 21)$

$= 45 \times 101$

$= 4545$

5 ൽ അവസാനിക്കുന്ന രണ്ടക്ക സംഖ്യകൾ

5 ൽ അവസാനിക്കുന്ന രണ്ടക്ക സംഖ്യകളുടെ വർഗ്ഗം കുറേക്കൂടി എളുപ്പം കണ്ടുപിടിക്കാം. 35 ന്റെ വർഗ്ഗം കാണണമെന്നിരിക്കട്ടെ.

$35 \times 35 = 1225$

ആദ്യം ഒറ്റയുടെ സ്ഥാനങ്ങൾ ഗുണിച്ചെഴുതുക. $5 \times 5 = 25$. ഇനി 3×3 ആണ് ഗുണിക്കേണ്ടത്. എന്നാൽ അവിടെ ഒരു ചെറിയ മാറ്റം വരുത്തണം. 3×3 ലെ ഒരു 3, 1 കൂടി കൂടി 4 ആക്കണം. ചുരുക്കിപ്പറഞ്ഞാൽ 3×3 നു പകരം 3×4 എന്നു വേണം ഗുണിക്കാൻ

$5 \times 5 = 25$

$3 \times 4 = 12$

$35 \times 35 = 1225$

1. 15×15 കാണുക.

$5 \times 5 = 25$

$1 \times 2 = 2$

$15 \times 15 = 225$

2. 25×25 കാണുക.

$5 \times 5 = 25$

$2 \times 3 = 6$

$25 \times 25 = 625$

3. 35×35 കാണുക.

$5 \times 5 = 25$

$3 \times 4 = 12$

$35 \times 35 = 1225$

4. 45×45 എത്ര?

$5 \times 5 = 25$

$4 \times 5 = 20$

$45 \times 45 = 2025$

5. 55 ന്റെ വർഗ്ഗം കാണുക.

$5 \times 5 = 25$

$5 \times 6 = 30$

$55 \times 55 = 3025$

6. 65×65 കാണുക

$5 \times 5 = 25$

$6 \times 7 = 42$

$65 \times 65 = 4225$

7. 75×75 എത്ര?

$5 \times 5 = 25$

$7 \times 8 = 56$

$75 \times 75 = 5625$

8. 85 ന്റെ വർഗ്ഗം കാണുക.

$5 \times 5 = 25$

$8 \times 9 = 72$

$85 \times 85 = 7225$

9. 95×95 കാണുക.

$5 \times 5 = 25$

$9 \times 10 = 90$

$95 \times 95 = 9025$

പത്താം സ്ഥാനത്ത് 5 വന്നാൽ

രണ്ടക്ക സംഖ്യകളുടെ വർഗ്ഗം കാണുമ്പോൾ പത്താം സ്ഥാനത്ത് 5 വന്നാലുമുണ്ട് എളുപ്പ വഴി. 56 ന്റെ വർഗ്ഗം കാണണമെന്നിരിക്കട്ടെ. അതായത് 56×56 കണ്ടുപിടിക്കണം. ആദ്യം ഒറ്റയുടെ സ്ഥാനം ഗുണിച്ചെഴുതാം. $6 \times 6 = 36$. ഇനി ഗുണിക്കേണ്ടത് 5×5 ആണ്. അതു ഗുണിക്കാം. പക്ഷേ, ഗുണനഫലത്തോട് ഒറ്റയുടെ സ്ഥാനം കൂടി കൂട്ടണമെന്നു മാത്രം. അതായത് $5 \times 5 = 25$ ന്റെ കൂടെ ഒറ്റയുടെ സ്ഥാനത്തെ അക്കമായ 6 കൂടി കൂട്ടണം. $25 + 6 = 31$.

ഇനി നമുക്ക് ക്രിയ തുടങ്ങാം.

1. 50×50 കാണുക.

   പൂജ്യത്തിൽ അവസാനിക്കുന്ന സംഖ്യകളായതുകൊണ്ട് നേരിട്ട് 2500 എന്നുത്തരമെഴുതാം.

2. 51×51 കാണുക

   $1 \times 1 = 01$

ഇവിടെ ഒറ്റയുടെ സ്ഥാനം ഗുണിച്ചപ്പോൾ കിട്ടിയത് ഒരക്ക സംഖ്യയാണ്. അങ്ങനെ വരുമ്പോൾ ഇടതു വശത്ത് ഒരു പൂജ്യം കൂടി ചേർത്ത് 01 എന്നു വേണം എഴുതാൻ. 4 വന്നാൽ 04 എന്നും 9 വന്നാൽ 09 എന്നും എഴുതണം.

$1 \times 1 = 01$

$5 \times 5 = 25$

$25 + 1 = 26$

$51 \times 51 = 2601$

3. 52×52 എത്ര?

$2 \times 2 = 04$

$5 \times 5 = 25$

$25 + 2 = 27$

$52 \times 52 = 2704$

4. 53 ന്റെ വർഗ്ഗം കാണുക.

$3 \times 3 = 09$

$5 \times 5 = 25$

$25 + 3 = 28$

$53 \times 53 = 2809$

4. 54×54 എത്ര?

$4 \times 4 = 16$

$5 \times 5 = 25$

$25 + 4 = 29$

$54 \times 54 = 2916$

5. 55×55 കാണുക.

5×5 -= 25

$5 \times 5 = 25$

$25 + 5 = 30$

$55 \times 55 = 3025$

6. 56×56 കാണുക.

$6 \times 6 = 36$

$5 \times 5 = 25$

$25 + 6 = 31$

$56 \times 56 = 3136$

7. 57×57 എത്ര?

$7 \times 7 = 49$

$5 \times 5 = 25$

$25 + 7 = 32$

$57 \times 57 = 3249$

8. 58×58 ക്രിയ ചെയ്യുക.

$8 \times 8 = 64$

$5 \times 5 = 25$

$25 + 8 = 33$

$58 \times 58 = 3364$

9. 59×59 ക്രിയ ചെയ്യുക.

$9 \times 9 = 81$

$5 \times 5 = 25$

$25 + 9 = 34$

$59 \times 59 = 3481$

സർവ്വസമവാക്യങ്ങൾ

$(a + b)^2 = a^2 + 2ab + b^2$

$(a + b)^2 = a^2 + 2ab + b^2$ എന്ന സർവ്വസമവാക്യം എളുപ്പവഴിയിലുള്ള ക്രിയയ്ക്ക് ഏറെ സഹായകരമാണ്. ഉദാഹരണം. കാണുക.

1. $7 \times 7 + 2 \times 7 \times 3 + 3 \times 3$ എത്ര?

$$a^2 \quad + 2ab + b^2 \qquad = (a + b)^2$$

$$7^2 \quad + 2 \times 7 \times 3 \quad + 3^2 \qquad = (7 + 3)^2$$

$$= 10^2$$

$$= 100$$

2. $36 \times 36 + 2 \times 36 \times 14 + 14 \times 14$ ക്രിയ ചെയ്യുക.

$$a^2 \quad + 2ab + b^2 \qquad = (a + b)^2$$

$$36^2 + 2 \times 36 \times 14 + 14^2 = (36 + 14)^2$$

$= 50^2$

$= 2500$

3. $99 \times 99 + 2 \times 99 \times 1 + 1 \times 1$ ക്രിയ ചെയ്യുക.

$a^2 + 2ab + b^2 = (a + b)^2$

$99^2 + 2 \times 99 \times 1 + 1^2 = (99 + 1)^2$

$= 100^2$

$= 10000$

4. $87 \times 87 + 2 \times 87 \times 14 + 14 \times 14$ എത്ര?

$a^2 + 2ab + b^2 = (a + b)^2$

$87^2 + 2 \times 87 \times 14 + 14^2 = (87 + 14)^2$

$= 101^2$

$= 10201.$

5. $69 \times 69 + 2 \times 69 \times 31 + 31 \times 31$ ക്രിയ ചെയ്യുക.

$69^2 + 2 \times 69 \times 31 + 31^2 = (69 + 31)^2$

$= 100^2$

$= 10000$

6. $18.5 \times 18.5 + 2 \times 18.5 \times 1.5 + 1.5 \times 1.5$ എത്ര?

$a^2 + 2ab + b^2 = (a + b)^2$

$18.5^2 + 2 \times 18.5 \times 1.5 + 1.5^2 = (18.5 + 1.5)^2$

$= 20^2$

$= 400$

7. $16 \times 16 + 128 + 4 \times 4$ ക്രിയ ചെയ്യുക.

$16^2 + 2 \times 16 \times 4 + 4^2 = (16 + 4)^2$

$= 20^2$

$= 400$

8. $8.9 \times 8.9 + 19.58 + 1.1$ ക്രിയ ചെയ്യുക.

$8.9^2 + 2 \times 8.9 \times 1.1 + 1.1^2 = (8.9 + 1.1)^2$

$= 10^2$

$= 100$

9. $99.9 \times 99.9 + 19.98 + 0.1 \times 0.1$ ക്രിയ ചെയ്യുക.

$99.9^2 + 2 \times 99.9 \times 0.1 + 0.1^2 = (99.9 + 0.1)^2$

$= 100^2$

$= 10000$

10. $50.5 \times 50.5 + 2 \times 50.5 \times 49.5 + 49.5 \times 49.5$ ക്രിയ ചെയ്യുക.

$50.5^2 + 2 \times 50.5 \times 49.5 + 49.5^2 = (50.5 + 49.5)^2$

$= 100^2$

$= 10000$

$(a - b)^2 - a^2 - 2ab + b^2$

$(a - b)^2 = a^2 - 2ab + b^2$ എന്ന സമവാക്യവും എളുപ്പ വഴിയിലുള്ള ക്രിയയ്ക്ക് ഉപകരിക്കും. ഉദാഹരണം കാണുക.

1. $42 \times 42 - 2 \times 42 \times 12 + 12 \times 12$ ക്രിയ ചെയ്യുക.

$a^2 - 2ab + b^2 \quad = (a - b)^2$

$42^2 - 2 \times 42 \times 12 + 12^2 = (42 - 12)^2$

$= 30^2$

$= 900$

2. $19 \times 19 - 2 \times 19 \times 9 + 9 \times 9$ ക്രിയ ചെയ്യുക.

$a^2 - 2ab + b^2 \quad = (a - b)^2$

$19^2 - 2 \times 19 \times 9 + 9^2 = (19 - 9)^2$

$= 10^2$

$= 100$

3. $23 \times 23 - 2 \times 23 \times 3 + 3 \times 3$ ക്രിയ ചെയ്യുക.

$23^2 - 2 \times 23 \times 3 + 3^2 = (23 - 3)^2$

$= 20^2$

$= 400$

4. $105 \times 105 - 2 \times 105 \times 5 + 5 \times 5$ ക്രിയ ചെയ്യുക.

$105^2 - 2 \times 105 \times 5 + 5^2 = (105 - 5)^2$

$= 100^2$

$= 10000$

5. $10.5 \times 10.5 - 2 \times 10.5 \times 0.5 + 0.5 \times 0.5$ ക്രിയ ചെയ്യുക.

$10.5^2 - 2 \times 10.5 \times 0.5 + 0.5^2 = (10.5 - 0.5)^2$

$= 10^2$

$= 100$

6. $16 \times 16 - 192 + 36$ ക്രിയ ചെയ്യുക.

$a^2 - 2ab + b^2 = (a - b)^2$

$16^2 - 2 \times 16 \times 6 + 6^2 = (16 - 6)^2$

$= 10^2$

$= 100$

7. $111 \times 111 - 2 \times 111 \times 11 + 121$ ക്രിയ ചെയ്യുക.

$111^2 - 2 \times 111 \times 11 + 11^2 = (111 - 11)^2$

$= 100^2$

$= 10000$

8. $77 \times 77 - 2 \times 77 \times 17 + 289$ എത്ര?

$77^2 - 2 \times 77 \times 17 + 17^2 = (77 - 17)^2$

$= 60^2$

$= 3600$

9. $18^2 - 2 \times 18 \times 3 + 9$ ക്രിയ ചെയ്യുക.

$$18^2 - 2 \times 18 \times 3 + 3^2 = (18 - 3)^2$$
$$= 15^2$$
$$= 225$$

10. $2.5 \times 2.5 - 7.5 + 1.5 \times 1.5$ എത്ര?

$$2.5^2 - 2 \times 2.5 \times 1.5 + 1.5^2 = (2.5 - 1.5)^2$$
$$= 1^2$$
$$= 1$$

$(a + b)(a - b) = a^2 - b^2$

$(a + b)(a - b) = a^2 - b^2$ എന്ന സർവ്വസമവാക്യം ഉപയോഗിച്ച് എളുപ്പവഴിയിൽ ക്രിയ ചെയ്യുന്നത് എങ്ങനെയെന്നു നോക്കാം.

1. 101×99 ക്രിയ ചെയ്യുക.

$$101 = 100 + 1$$
$$99 = 100 - 1$$
$$101 \times 99 = (100 + 1)(100 - 1)$$
$$= 100^2 - 1^2$$
$$= 10000 - 1$$
$$= 9999$$

2. 103×97 ക്രിയ ചെയ്യുക.

$$103 = 100 + 3$$

$$97 = 100 - 3$$

$$103 \times 97 = (100 + 3)(100 - 3)$$

$$= 100^2 - 3^2$$

$$= 10000 - 9$$

$$= 9991$$

3. 56×44 ചെയ്യുക.

$$56 = 50 + 6$$

$$44 = 50 - 6$$

$$56 \times 44 = (50 + 6)(50 - 6)$$

$$= 50^2 - 6^2$$

$$= 2500 - 36$$

$$= 2464$$

4. 1020×980 ക്രിയ ചെയ്യുക.

$$1020 = 1000 + 20$$

$$980 = 1000 - 20$$

$$1020 \times 980 = (1000 + 20)(1000 - 20)$$

$$= 1000^2 - 20^2$$

$= 1000000 - 400$

$= 999600$

5. $88^2 - 12^2$ ക്രിയ ചെയ്യുക.

$a^2 - b^2 = (a + b)(a - b)$

$88^2 - 12^2 = (88 + 12)(88 - 12)$

$= 100 \times 76$

$= 7600$

6. $101^2 - 99^2$ ക്രിയ ചെയ്യുക.

$101^2 - 99^2 = (101 + 99)(101 - 99)$

$= 200 \times 2$

$= 400$

7. $186^2 - 14^2$ ക്രിയ ചെയ്യുക.

$186^2 - 14^2 = (186 + 14)(186 - 14)$

$= 200 \times 172$

$= 34400$

8. $108^2 - 8^2$ ക്രിയ ചെയ്യുക.

$108^2 - 8^2 = (108 + 8)(108 - 8)$

$= 116 \times 100$

$= 11600$

9. $256^2 - 144^2$ ക്രിയ ചെയ്യുക.

$256^2 - 144^2 = (256 + 144)(256 - 144)$

$= 400 \times 112$

$= 44800$

10. $178^2 - 177^2$ ക്രിയ ചെയ്യുക.

$178^2 \times 177^2 = (178 + 177)(178 - 177)$

$= 355 \times 1$

$= 355$

തുടർച്ചയായ രണ്ടു സംഖ്യകളുടെ വർഗ്ഗ വ്യത്യാസം അവയുടെ തുകയായിരിക്കും.

5. $80^2 - 79^2$ ക്രിയ ചെയ്യുക.

$80^2 - 79^2 = (80 + 79)(80 - 79)$

$= 159 \times 1$

$= 159$

ഗുണനം - രണ്ടക്ക സംഖ്യകൾ

രണ്ടക്ക സംഖ്യകൾ ഗുണിക്കുന്നതിനുള്ള എളുപ്പവഴിയാണ് നമ്മളിവിടെ ചർച്ച ചെയ്യുന്നത്. ചുവടെ കാണുന്ന രീതിയിൽ കോളം വരച്ചും മറ്റും സമയം നഷ്ടപ്പെടുത്തണോ എന്നു ചിന്തിക്കുന്നവരുണ്ടാകും. ഓർക്കുക. പരിചയിച്ചു കഴിഞ്ഞാൽ കോളവും പട്ടികയുമൊന്നും വേണ്ട. നിമിഷം കൊണ്ട് ഗുണനഫലം എഴുതാം.

1. 46×31 ആണു കണ്ടുപിടിക്കേണ്ടത്.

$$\begin{array}{cc} 4 & 6 \\ & \downarrow \\ 3 & 1 \\ \hline & 6 \end{array}$$

Step 1. $6 \times 1 = 6$

$$\begin{array}{ccc} 4 & \searrow\nearrow & 6 \\ 3 & \nearrow\searrow & 1 \\ \hline & 22 & \end{array}$$

Step 2. $4 \times 1 + 3 \times 6 = 22$

4 6

↓

3 1

12

Step 3. $4 \times 3 = 12$

	4 6 3 1	
12	22	6
14	2	6

12, 22, 6 എന്നീ സംഖ്യകൾ എങ്ങനെ കിട്ടിയെന്നു കണ്ടല്ലോ. തുടർന്ന് ഒന്നാം വരിയിൽ അവസാന കോളത്തിലെ 6 ഇറക്കി എഴുതുന്നു. രണ്ടാം കോളത്തിലെ 22 ന്റെ ഒറ്റയുടെ സ്ഥാനം ഇറക്കി എഴുതിയിട്ട് പത്താം സ്ഥാനത്തെ 2 ഇടത്തേയറ്റത്തെ 12 നോട് കൂട്ടി 14 ഇടത്തേയറ്റം എഴുതുന്നു.

$46 \times 31 = 1426$

2. 78×63 ക്രിയ ചെയ്യുക

7 8

↓

6 3

24

Step 1. $8 \times 3 = 24$

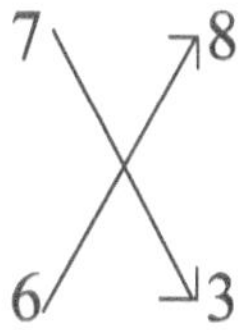

69

Step 2. $7 \times 3 + 6 \times 8 = 69$

7 8

↓

6 3

42

Step 3. $7 \times 6 = 42$

	7 8 6 3	
42	69	24
42	71	4
49	1	4

ഒന്നാം വരിയിലെ 24 ന്റെ 4 ഇറക്കി എഴുതിയിട്ട് 2 ഇടതു വശത്തുള്ള 69 നോട് കൂട്ടി 71 അടിയിൽ എഴുതുന്നു. ഇടത്തേയറ്റത്തെ 42 ഇറക്കി എഴുതുന്നു.

ഇനി രണ്ടാം വരിയിലെ 4 ഇറക്കി എഴുതുന്നു. നടുക്കുള്ള

71 ലെ 1 അടിയിൽ എഴുതിയിട്ട് 7 ഇടതുവശത്തെ 42 നോടു കൂട്ടി 49 അടിയിൽ എഴുതുന്നു.

$78 \times 63 = 4914$

3. 29×87 ക്രിയ ചെയ്യുക.

2 9

↓

8 7

63

Step 1 $9 \times 7 = 63$

2 ↗9

8 ↘7

86

Step 2. $2 \times 7 + 8 \times 9 = 86$

2 9

↓

8 7

16

Step 3. $2 \times 8 = 16$

	2 9 8 7	
16	86	63
16	92	3
25	2	3

ഒന്നാം വരിയിലെ 63 ന്റെ 3 ഇറക്കി എഴുതിയിട്ട് 6 ഇടതു വശത്തു കൂട്ടി $86+6=92$. അടുത്ത വരിയിൽ എഴുതുന്നു. 16 ഇറക്കി എഴുതുന്നു.

ഇനി രണ്ടാം വരിയിലെ 3 ഇറക്കി എഴുതുന്നു. 92 ലെ 2 അടുത്ത വരിയിൽ എഴുതിയിട്ട് 9 ഇടതുവശത്തെ 16 നോട് കൂട്ടി 25 താഴെ എഴുതുന്നു.

$29\times\ 87=\ 2523$

4. 96×17 ക്രിയ ചെയ്യുക.

	9 6 1 7	
9	69	42
9	73	2
16	3	2

$96\times17\ =1632$

5. 95×39 ക്രിയ ചെയ്യുക.

	9 5 3 9	
27	96	45
27	100	5
37	0	5

$95\times39=3705$

6. 16×56 ക്രിയ ചെയ്യുക.

	1 6 5 6	
5	36	36
5	39	6
8	9	6

$16 \times 56 = 896$

7. 65×38 ക്രിയ ചെയ്യുക.

	6 5 3 8	
18	63	40
18	67	0
24	7	0

$65 \times 38 = 2470$

8. 56×62 ക്രിയ ചെയ്യുക.

	5 6 6 2	
30	46	12
30	47	2
34	7	2

$56 \times 62 = 3472$

9. 70×19 ക്രിയ ചെയ്യുക.

	7 0 1 9	
7	63	0
13	3	0

$70 \times 19 = 1330$

10. 99×11 ക്രിയ ചെയ്യുക.

	9 9 1 1	
9	18	9
10	8	9

$99 \times 11 = 1089$

ഗുണനം - മൂന്നക്ക സംഖ്യകൾ

ഇനി മൂന്നക്ക സംഖ്യകൾ ഗുണിക്കുന്നതിനുള്ള എളുപ്പ വഴി പഠിക്കാം. തുടക്കക്കാർക്കു വേണ്ടിയാണ് ക്രിയകൾ വിശദമായി കാണിച്ചിരിക്കുന്നത്. പരിചയിച്ചു കഴിഞ്ഞാൽ മനക്കണക്കു കൂട്ടി ഒറ്റവരിയിൽ ഉത്തരമെഴുതാം.

216 × 574 ക്രിയ ചെയ്യുക.

ആദ്യം തന്നിരിക്കുന്ന സംഖ്യയിലെ അക്കങ്ങൾ മൂന്നു കോളങ്ങളിലായി എഴുതിയിരിക്കുന്നതു ശ്രദ്ധിക്കുക.

കോളങ്ങൾക്ക് 1, 2, 3 എന്നിങ്ങനെ.

1	2	3
2	1	6
5	7	4

നമ്പർ കൊടുത്തിരിക്കുന്നു. ഇനി ക്രിയ ചെയ്യാൻ കോളങ്ങൾ എടുക്കേണ്ട ക്രമം ചുവടെ കാണിച്ചിരിക്കുന്നു.

1	2	3
		3
	2	3
1	2	3
1	2	
1		

Step 1. കോളം 3

3
6
↓
4

$6 \times 4 = 24$

Step 2. കോളം 2, 3

2 3

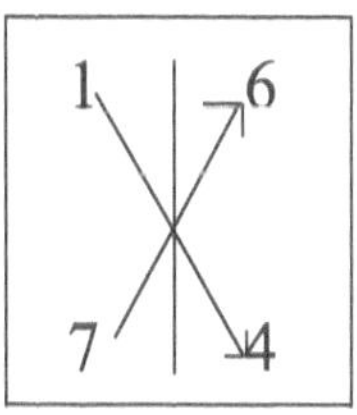

$1 \times 4 + 7 \times 6 = 4 + 42$

$= 46$

Step 3. കോളം 1, 2, 3

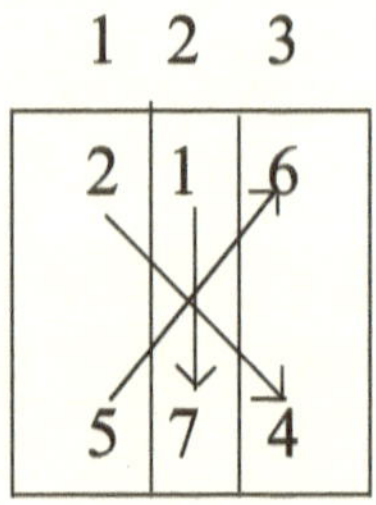

1 ഉം 3 ഉം കോളങ്ങൾ ഗുണിച്ചു കൂട്ടുന്നതിനോട് 2 ഉം കോളവും ഗുണിച്ചു കൂട്ടണം.

$$2 \times 4 + 5 \times 6 + 1 \times 7 = 8 + 30 + 7$$

$$= 45$$

Step 4 കോളം 1, 2

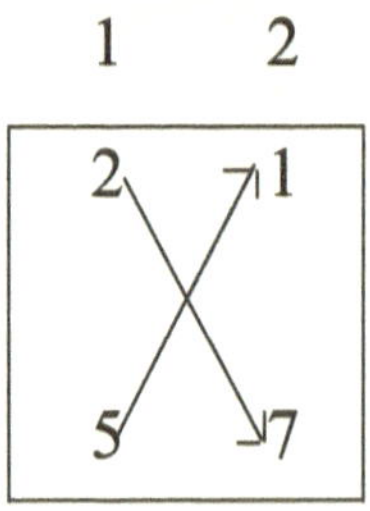

$$2 \times 7 + 5 \times 1 = 14 + 5$$

$$= 19$$

Step 5. കോളം 1

$2 \times 5 = 10$

മുകളിൽ ക്രിയ ചെയ്തു കിട്ടിയ അഞ്ച് ഉത്തരങ്ങളും പട്ടികയായി എഴുതിയിരിക്കുന്നു.

1	→	10	19	45	46	24
2	→	10	19	45	48	4
3	→	10	19	49	8	4
4	→	10	23	9	8	4
5	→	12	3	9	8	4

1 ാം വരിയിൽ 24 ന്റെ 4 താഴെ എഴുതുക. എന്നിട്ട് 2 ഇടതു വശത്തുള്ള 46 നോടു കൂട്ടി 48 താഴെ എഴുതുക. ബാക്കി സംഖ്യകൾ അതേപോലെ ഇറക്കി എഴുതുക.

2 ാം വരിയിലെ 4 ഉം 48 ന്റെ 8 ഉം അടുത്ത വരിയിൽ എഴുതുക. 48 ന്റെ 4 ഇടതുവശത്തെ 45 നോട് കൂട്ടി 49 ഇറക്കി എഴുതുക. ബാക്കി സംഖ്യകൾ അതേപോലെ താഴത്തെ വരിയിൽ എഴുതുക.

3 ാം വരിയിലെ 4 ഉം 8 ഉം താഴത്തെ വരിയിൽ എഴുതുക. 49 ന്റെ 9 താഴെ എഴുതിയിട്ട് 4 ഇടതുവശത്തെ 19നോടു കൂടി 23 അടിയിൽ എഴുതുക. 10 അതേപോലെ അടുത്ത രിയിൽ എഴുതുക.

4 ാം വരിയിലെ 4, 8, 9 ഇവ അടുത്ത വരിയിൽ ഇറക്കി എഴുതുക. 23 ലെ 3 അടുത്ത വരിയിൽ എഴുതിയിട്ട് 2 ഇടതു വശത്തുള്ള 10 നോട് കൂട്ടി 12 താഴെ എഴുതുക.

$216 \times 574 = 123984$

2. ക്രിയ ചെയ്യുക. 735×306

7	3	5
3	0	6

Step 1 കോളം 3

$5 \times 6 \quad = 30$

Step 2 കോളം 2, 3

$3 \times 6 + 0 \times 5 \quad = 18 + 0$

$= 18$

Step 3 കോളം 1, 2, 3

$7 \times 6 + 3 \times 5 + 3 \times 0 \quad = 42 + 15 + 0$

$= 57$

Step 4. കോളം 1, 2

$7 \times 0 + 3 \times 3 \quad = 0 + 9$

$= 9$

Step 5 കോളം 1

$7 \times 3 = 21$

1	→	21	9	57	18	30
2	→	21	9	57	21	0
3	→	21	9	59	1	0
4	→	21	14	9	1	0
5	→	22	4	9	1	0

വരി 1 30 ന്റെ 0 ഇറക്കി എഴുതി. ബാക്കി വരുന്ന 3, 18 നോടു കൂട്ടി 21 അടിയിൽ എഴുതി.

വരി 2 പൂജ്യവും 21 ന്റെ 1 ഉം ഇറക്കി എഴുതി. 2, 57 നോട് കൂടി 59 ഇറക്കി എഴുതി.

വരി 3 0, 1 ഇവ ഇറക്കി എഴുതി. 59 ന്റെ 9 അടുത്ത വരിയിൽ എഴുതിയിട്ട് 9 + 5 = 14 ഇറക്കി എഴുതി.

വരി 4 0, 1, 9 ഇറക്കി എഴുതി. 14 ന്റെ 4 എഴുതിയിട്ട് 1, 21 നോടു കൂടി 22 അഞ്ചാം വരിയിൽ എഴുതി.

$735 \times 306 = 224910$

മനസ്സിലാകും തോറും ക്രിയകൾ ചുരുക്കാൻ കഴിയും. അവസാനം ഒറ്റവരിയിൽ ഉത്തരം എഴുതാൻ കഴിയുന്ന അവസ്ഥ എത്തുവോളം പരിശീലനം തുടരുക.

3. ക്രിയ ചെയ്യുക. 430×517

4	3	0
5	1	7

Step 1 കോളം 3

$0 \times 7 \qquad = 0$

Step 2 കോളം 2, 3

$3 \times 7 + 1 \times 0 = 21 + 0$

$= 21$

Step 3 കോളം 1, 2, 3

$4 \times 7 + 5 \times 0 + 3 \times 1 = 28 + 0 + 3$

$= 31$

Step 4 കോളം 1, 2

$4 \times 1 + 5 \times 3 = 4 + 15$

$= 19$

Step 5 കോളം 1

$4 \times 5 = 20$

1	→	20	19	31	21	0
2	→	20	19	33	1	0
3	→	20	22	3	1	0
4	→	22	2	3	1	0

$430 \times 517 = 222310$

4. ക്രിയ ചെയ്യുക. 807×466

8	0	7
4	6	6

Step 1 $7 \times 6 = 42$

Step 2 $0 \times 6 + 6 \times 7 = 0 + 42$

$= 42$

Step 3 $8 \times 6 + 4 \times 7 + 0 \times 6 = 48 + 28 + 0$

$= 76$

Step 4 $8 \times 6 + 4 \times 0 = 48 + 0$

$= 48$

Step 5 $8 \times 4 = 32$

32	48	76	42	42
32	48	76	46	2
32	48	80	6	2
32	56	0	6	2
37	6	0	6	2

$807 \times 466 = 376062$

5. ക്രിയ ചെയ്യുക. 737×119

7	3	7
1	1	9

$7 \times 9 = 63$

$3 \times 9 + 1 \times 7 = 27 + 7$

$= 34$

$7 \times 9 + 1 \times 7 + 3 \times 1 = 63 + 7 + 3$

$= 73$

$7 \times 1 + 1 \times 3 = 7 + 3$

$= 10$

$7 \times 1 = 7$

7	10	73	34	63
			40	3
		77	0	3
	17	7	0	3
8	7	7	0	3

$737 \times 119 = 87703$

6. ക്രിയ ചെയ്യുക. 690×25

6	9	0
0	2	5

സ്ഥാനം തികയ്ക്കാൻ 25 ന്റെ ഇടതുവശത്ത് പൂജ്യം ചേർത്തിരിക്കുന്നു.

$0 \times 5 = 0$

$9 \times 5 + 2 \times 0 = 45 + 0$

$= 45$

$6 \times 5 + 0 \times 0 + 9 \times 2 = 30 + 0 + 18$

$= 48$

$6 \times 2 + 0 \times 9 = 12 + 0$

$= 12$

$6 \times 0 = 0$

0	12	48	45	0
			45	0
		52	5	0
	17	2	5	0
1	7	2	5	0

$690 \times 25 = 17250$

7. ക്രിയ ചെയ്യുക. 903×308

9	0	3
3	0	8

$3 \times 8 = 24$

$0 \times 8 + 0 \times 3 = 0$

$9 \times 8 + 3 \times 3 + 0 + 0 = 72 + 9 + 0$

$= 81$

$9 \times 0 + 3 \times 0 = 0$

$9 \times 3 = 27$

27	0	81	0	24
			2	4
		1	2	4
	8	1	2	4
27	8	1	2	4

$903 \times 308 = 278124$

8. ക്രിയ ചെയ്യുക. 777×111

7	7	7
1	1	1

$7 \times 1 = 7$

$7 \times 1 + 1 \times 7 = 14$

$7 \times 1 + 7 \times 1 + 7 \times 1 = 21$

$7 \times 1 + 7 \times 1 = 14$

$7 \times 1 = 7$

7	14	21	14	7
			4	7
		22	4	7
	16	2	4	7
8	6	2	4	7

$777 \times 111 = 86247$

9. ക്രിയ ചെയ്യുക. 701×101

7	0	1
1	0	1

$1 \times 1 = 1$

$0 \times 1 + 0 \times 1 = 0$

$7 \times 1 + 1 \times 1 + 0 \times 0 = 8$

$7 \times 0 + 1 \times 0 = 0$

$7 \times 1 = 7$

7	0	8	0	1

$701 \times 101 = 70801$

10. ക്രിയ ചെയ്യുക. 111×111

1	1	1
1	1	1

$1 \times 1 = 1$

$1 \times 1 + 1 \times 1 = 2$

$1 \times 1 + 1 \times 1 + 1 \times 1 = 3$

$1 \times 1 + 1 \times 1 = 2$

$1 \times 1 = 1$

$111 \times 111 = 12321$

ഏതു സംഖ്യയേയും ഗുണിക്കാം

ഏതു സംഖ്യയേയും രണ്ടക്ക സംഖ്യകൊണ്ടു ഗുണിക്കാനുള്ള എളുപ്പവഴിയാണ് ഇവിടെ ചർച്ച ചെയ്യുന്നത്. ഉദാഹരണങ്ങളിലൂടെ ഇതു വ്യക്തമാക്കാം.

1. ക്രിയ ചെയ്യുക. 235×12

ആദ്യം 235 ന്റെ ഇരുവശങ്ങളിലും ഓരോ പൂജ്യം ചേർത്ത് 02350 എന്നെഴുതുക. എന്നിട്ട് വലത്തുനിന്നും ഇടത്തോട്ട് രണ്ടക്കങ്ങൾ വീതം ഗ്രൂപ്പു തിരിക്കുക. 02, 23, 35, 50 എന്നിങ്ങനെ നാലു ഗ്രൂപ്പുകൾ കിട്ടും. രണ്ടക്ക സംഖ്യയായ 12 ന് മാറ്റമൊന്നും വരുത്തേണ്ടതില്ല.

$1 \rightarrow 50 \times 12 = 10 + 0$

$= 10$

$2 \rightarrow 35 \times 12 = 6 + 5$

$= 11$

$3 \rightarrow 23 \times 12 = 4 + 3$

$= 7$

4 → $02 \times 12 = 0 + 2$

$= 2$

മുകളിൽ നമ്മൾ പിരിച്ചെഴുതിയ നാലു ഗ്രൂപ്പുകളെയും 12 കൊണ്ടു ഗുണിച്ചിരിക്കുന്നു. ഗുണനമെന്നു പറഞ്ഞുകൂടാ. ക്രിയ ഇങ്ങനെ. ഒന്നാം വരി 50 × 12 ആണ്. രണ്ടഗ്രങ്ങളിലുള്ള സംഖ്യകളും മദ്ധ്യത്തുള്ള സംഖ്യകളും ഗുണിച്ചു കൂട്ടിയിരിക്കുന്നു. $5 \times 2 + 0 \times 1 = 10$.

രണ്ടാം വരി 35×12 ഗുണനമിങ്ങനെ. $3 \times 2 + 5 \times 1 = 11$. മൂന്നാം വരി 23×12. ക്രിയ ഇങ്ങനെ. $2 \times 2 + 3 \times 1 = 7$. നാലാം വരി 02×12

$0 \times 2 + 2 \times 1 = 2$

തുടർന്നുള്ള ക്രിയകൾ കാണുക. ഇങ്ങനെ കോളം വരച്ച് ക്രിയ ചെയ്യേണ്ട കാര്യമൊന്നുമില്ല. തുടക്കക്കാർക്കു വേണ്ടി വിശദീകരിക്കുന്നു എന്നു മാത്രം. പരിചയിച്ചു കഴിഞ്ഞാൽ ഒറ്റവരിയിൽ മനക്കണക്കു കൂട്ടി ഉത്തരമെഴുതാം.

2	7	11	10
2	7	12	0
2	8	2	0

ക്രിയ ചെയ്തു കിട്ടിയ നാലുഗുണന ഫലങ്ങളും ഒന്നാം വരിയിൽ എഴുതിയിരിക്കുന്നു. തുടർന്നുള്ള വരികളിൽ ഒറ്റയുടെ സ്ഥാനം നിലനിർത്തുകയും പത്താം സ്ഥാനം ഇടതുവശത്തുള്ള സംഖ്യയോടു കൂട്ടുകയും ചെയ്തിരിക്കുന്നു.

$235 \times 12 = 2820$

2. ക്രിയ ചെയ്യുക. 736×89

07360×89

07, 73, 36, 60 എന്നിങ്ങനെ നാലു ഗ്രൂപ്പുകൾ കിട്ടും. ക്രിയകൾ കാണുക.

1	→ 60×89	=	$54 + 0$
		=	54
2	→ 36×89	=	$27 + 48$
		=	75
3	→ 73×89	=	$63 + 24$
		=	87
4	→ 07×89	=	$0 + 56$
		=	56

56	87	75	54
56	87	80	4
56	95	0	4
65	5	0	4

ഒന്നാം വരിയിൽ 54 ലെ 4 ഇറക്കി എഴുതി. 5 ഇടതുവശത്തെ 75 നോട് കൂട്ടി 80 താഴെ എഴുതി. രണ്ടാംവരിയിലെ 4 ഉം 0 വും ഇറക്കി എഴുതുകയും 8 ഇടതുവശത്തെ 87 നോടു കൂട്ടി 95 അടിയിൽ എഴുതുകയും ചെയ്തിരിക്കുന്നു. മൂന്നാം വരിയിലെ 4, 0, 5 ഇവ അടുത്ത വരിയിൽ

എഴുതിയിട്ട് 95 ലെ 9 ഇടത്തോട്ടു കൂട്ടി 65 നാലാമത്തെ വരിയിൽ എഴുതിയിരിക്കുന്നു.

736×89 =- 65504

3. ക്രിയ ചെയ്യുക. 4328×45

043280×45

1 → 80×45 $= 40 + 0$

$= 40$

2 → 28×45 $= 10 + 32$

$= 42$

3 → 32×45 $= 15 + 8$

$= 23$

4 → 43×45 $= 20 + 12$

$= 32$

5 → 04×45 $= 0 + 16$

$= 16$

16	32	23	42	40
16	32	23	46	0
16	32	27	6	0
16	34	7	6	0
19	4	7	6	0

$4328 \times 45 = 194760$

4. ക്രിയ ചെയ്യുക.8007 × 76

080070 × 76

1 → 70 × 76 = 42 + 0

= 42

2 → 07 × 76 = 0 + 49

= 49

3 → 00 × 76 = 0 + 0

= 0

4. → 80 × 76 = 48 + 0

= 48

5. → 08 × 76 = 0 + 56

= 56

56	48	0	49	42
56	48	0	53	2
56	48	5	3	2
60	8	5	3	2

8007 × 76 = 608532

5. ക്രിയ ചെയ്യുക. 9999 × 11

099990 × 11

1 → 90 × 11 = 9 + 0

= 9

2. → 99 × 11 = 9 + 9

= 18

3 → 99 × 11 = 9 + 9

= 18

4 → 99 × 11 = 9 + 9

= 18

5 → 09 × 11 = 0 + 9

= 9

9	18	18	18	9
9	18	18	18	9
9	18	19	8	9
9	19	9	8	9
10	9	9	8	9

9999 × 11 = 109989

6. ക്രിയ ചെയ്യുക.274265 × 25

02742650 × 25

ഇനി ക്രിയകൾ കുറേക്കൂടി ചുരുക്കാം.

02	27	74	42	26	65	50	× 25
4	24	43	24	22	40	25	
6	8	5	6	6	2	5	

ഇവിടെ ഒന്നാം വരിയിൽ ഗ്രൂപ്പുകളും രണ്ടാം വരിയിൽ ഗുണനഫലവും എഴുതിയിരിക്കുന്നു. മൂന്നാം വരിയിൽ സാധാരണ ഗുണനത്തിൽ ചെയ്യാറുള്ളതുപോലെ പത്താം സ്ഥാനം ഇടത്തേക്കു കൂട്ടി എഴുതിയിരിക്കുന്നു. ഇതാണ് ഗുണനഫലം. 274265 × 25 = 6856625

7. ക്രിയ ചെയ്യുക 407010 × 22

04	40	07	70	01	10	00	× 22
8	8	14	14	2	2	0	
8	9	5	4	2	2	0	

407010 × 22 = 8954220

11 കൊണ്ടുള്ള ഗുണനം

ഏതൊരു സംഖ്യയേയും 11 കൊണ്ടു ഗുണിക്കുന്നതിനുള്ള എളുപ്പവഴി പഠിക്കാം. ഉദാഹരണം കാണുക.

1. 4738×11 ക്രിയ ചെയ്യുക.

ആദ്യം 4738 ന്റെ ഇടതുവശം ഒരു പൂജ്യം ചേർക്കുക. ഇപ്പോൾ സംഖ്യ 04738 എന്നായി.

0	4	7	3	8	× 11
4	11	10	11	8	
5	2	1	1	8	

ഒന്നാം വരിയിൽ സംഖ്യ എഴുതിയിരിക്കുന്നു. രണ്ടാം വരിയിൽ ഒറ്റയുടെ സ്ഥാനത്തെ 8 അതേപോലെ ഇറക്കി എഴുതി. തുടർന്ന് വലത്തുനിന്നും ഈ രണ്ട് അക്കങ്ങൾ കൂട്ടി ആ വരിയിൽ എഴുതിയിരിക്കുന്നു. മൂന്നാം വരിയാണ് ഉത്തരം. രണ്ടാം വരിയിലെ രണ്ടക്ക സംഖ്യകളുടെ ഒറ്റയുടെ സ്ഥാനത്തെ അക്കം എഴുതിയിട്ട് പത്താം സ്ഥാനം ഇട

ത്തോട്ടു കൂട്ടി എഴുതിയതാണ് മൂന്നാമത്തെ വരി.

$$4738 \times 11 = 52118$$

തുടക്കക്കാർക്കു വേണ്ടി ക്രിയകൾ വിശദീകരിച്ചുവെന്നേയുള്ളൂ. വെറും ഒറ്റവരികൊണ്ട് ഉത്തരമെഴുതാവുന്നത്ര ലളിതമാണ് 11 കൊണ്ടുള്ള ഗുണനം.

2. ക്രിയ ചെയ്യുക. 78345×11

$$078345 \times 11$$

0	7	8	3	4	5	× 11
7	15	11	7	9	5	
8	6	1	7	9	5	

ക്രിയകൾ ഒരിക്കൽക്കൂടി വിശദീകരിക്കാം. ഒന്നാം വരിയിൽ ഒറ്റയുടെ സ്ഥാനത്തെ 5 ഇറക്കി എഴുതി. തുടർന്ന് ഈ രണ്ട് അക്കങ്ങൾ വലത്തുനിന്നും ഇടത്തേക്ക് കൂട്ടി എഴുതി. അതാണ് രണ്ടാമത്തെ വരി.

രണ്ടാമത്തെ വരിയിലെ സംഖ്യകളുടെ ഒറ്റയുടെ സ്ഥാനത്തെ അക്കം എഴുതിയിട്ട് പത്താം സ്ഥാനം ഇടത്തോട്ടു കൂട്ടി എഴുതിയതാണ് മൂന്നാമത്തെ വരി. മനസ്സിലാക്കി കഴിഞ്ഞാൽ രണ്ടാമത്തെ വരിയിൽത്തന്നെ ഉത്തരമെഴുതാം.

$$78345 \times 11 \quad = 861795$$

3. ക്രിയ ചെയ്യുക . 707070×11

0	7	0	7	0	7	0	×11
7	7	7	7	7	7	0	
7	7	7	7	7	7	0	

707070 × 11 = 7777770

4. ക്രിയ ചെയ്യുക.863096 × 11

0	8	6	3	0	9	6	×11
8	14	9	3	9	15	6	
9	4	9	4	0	5	6	

863096 × 11 = 9494056

5. ക്രിയ ചെയ്യുക.999990 × 11

0	9	9	9	9	9	0	×11
9	18	18	18	18	9	0	
10	9	9	9	8	9	0	

999990 × 11 = 10999890

6. ക്രിയ ചെയ്യുക.654321 × 11

0	6	5	4	3	2	1	×11
6	11	9	7	5	3	1	
7	1	9	7	5	3	1	

654321 × 11 = 7197531

7. ക്രിയ ചെയ്യുക.135790 × 11

0	1	3	5	7	9	0	× 11
1	4	8	12	16	9	0	
1	4	9	3	6	9	0	

135790 × 11 = 1493690

12 കൊണ്ടുള്ള ഗുണനം

ഒരു സംഖ്യയെ 12 കൊണ്ടു ഗുണിക്കുന്നതിനുള്ള എളുപ്പവഴി പഠിക്കാം. 2536 × 12 കാണണമെന്നിരിക്കട്ടെ. ആദ്യം സംഖ്യയുടെ ഇടത്തേയറ്റം ഒരു പൂജ്യം ചേർത്ത് 02536 എന്നെഴുതുക.

0	2	5	3	6	× 12
2	9	13	12	12	
3	0	4	3	2	

ഒന്നാം വരി ചോദ്യമാണ്.

രണ്ടാം വരിയിൽ അവസാനത്തെ 12 മുകളിലെ 6 ന്റെ ഇരട്ടിയാണ്. എല്ലായ്പ്പോഴും ഒറ്റയുടെ സ്ഥാനത്തെ അക്കത്തിന്റെ ഇരട്ടി താഴെ എഴുതണം. ഇനി ഒന്നാം വരിയിൽ 6ന്റെ പിന്നിലെ 3 എടുക്കണം. 3 ന്റെ ഇരട്ടിയോട് വലതുവശത്തെ 6 കൂട്ടിയതാണ് അടിയിൽ എഴുതിയിരിക്കുന്ന 12.

3 ന്റെ പിന്നിൽ 5 ആണ്. 5 ന്റെ ഇരട്ടിയോട് 3 കൂട്ടിയതാണ് താഴെ എഴുതിയിരിക്കുന്ന 13. 5 ന്റെ പിന്നിലെ സംഖ്യ 2

ആണ്. 2 ന്റെ ഇരട്ടിയോട് 5 കൂട്ടിയാൽ 9 കിട്ടും. അതു പോലെ 0 ന്റെ ഇരട്ടിയോട് 2 കൂട്ടിയതാണ് ഇടത്തേയറ്റത്തെ 2.

രണ്ടാമത്തെ വരിയിലെ ഓരോ സംഖ്യയുടെയും ഒറ്റയുടെ സ്ഥാനം എഴുതിയിട്ട് പത്താം സ്ഥാനത്തെ അക്കം ഇട ത്തേക്കു കൂട്ടി എഴുതിയതാണ് മൂന്നാമത്തെ വരി. ഇതാണ് ഉത്തരം.

$$2536 \times 12 = 30432$$

2. ക്രിയ ചെയ്യുക. 7608×12

0	7	6	0	8	× 12
7	20	12	8	16	
9	1	2	9	6	

ഒന്നാം വരി ചോദ്യമാണ്.
രണ്ടാം വരി എങ്ങനെ എഴുതിയെന്നറിയാൻ ചുവടെ കൊടു ത്തിരിക്കുന്ന ക്രിയകൾ കാണുക. വലത്തെ അറ്റത്തു നിന്നു തുടങ്ങാം.

8 ന്റെ ഇരട്ടി = 16

0 ന്റെ ഇരട്ടി + 8 = 8

6 ന്റെ ഇരട്ടി + 0 = 12

7 ന്റെ ഇരട്ടി + 6 = 20

0 ന്റെ ഇരട്ടി + 7 = 7

പത്താം സ്ഥാനം ഇടത്തേക്കു കൂട്ടി എഴുതിയാൽ മൂന്നാം വരിയിലെ 91296 ഉത്തരം കിട്ടും.

3. ക്രിയ ചെയ്യുക. 70707 × 12

0	7	0	7	0	7	× 12
7	14	7	14	7	14	
8	4	8	4	8	4	

ഒന്നാം വരി ചോദ്യം. രണ്ടാം വരിയിലെ ക്രിയകൾ ഇങ്ങനെ.

7 ന്റെ ഇരട്ടി = 14

0 ന്റെ ഇരട്ടി + 7 = 7

7 ന്റെ ഇരട്ടി + 0 = 14

0 ന്റെ ഇരട്ടി + 7 = 7

7 ന്റെ ഇരട്ടി + 0 = 14

0 ന്റെ ഇരട്ടി + 7 = 7

7 ന്റെ ഇരട്ടി + 0 = 14

0 ന്റെ ഇരട്ടി + 7 = 7

രണ്ടാം വരിയിൽനിന്നു മൂന്നാം വരി എഴുതുന്ന ക്രിയ മുമ്പു പറഞ്ഞുവല്ലോ.

70707 × 12 = 848484

4. ക്രിയ ചെയ്യുക 687905 × 12

0	6	8	7	9	0	5	× 12
6	20	23	23	18	5	10	
8	2	5	4	8	6	0	

ഒന്നാം വരി ചോദ്യം. രണ്ടാം വരിയിലെ ക്രിയകൾ ഇങ്ങനെ.

5 ന്റെ ഇരട്ടി	=	10
0 ന്റെ ഇരട്ടി + 5	=	5
9 ന്റെ ഇരട്ടി + 0	=	18
7 ന്റെ ഇരട്ടി + 9	=	23
8 ന്റെ ഇരട്ടി + 7	=	23
6 ന്റെ ഇരട്ടി + 8	=	20
0 ന്റെ ഇരട്ടി + 6	=	6

രണ്ടാം വരിയിൽനിന്നും മൂന്നാം വരി എഴുതിയിരിക്കുന്നതു പരിശോധിക്കുക.

$687905 \times 12 = 8254860$

5. ക്രിയ ചെയ്യുക.807906×12

0	8	0	7	9	0	6	× 12
8	16	7	23	18	6	12	
9	6	9	4	8	7	2	

ഒന്നാം വരി ചോദ്യം

രണ്ടാം വരിയിലെ ക്രിയകൾ കാണുക.

6 ന്റെ ഇരട്ടി	=	12
0 ന്റെ ഇരട്ടി + 6	=	6
9 ന്റെ ഇരട്ടി + 0	=	18

7 ന്റെ ഇരട്ടി + 9 = 23

0 ന്റെ ഇരട്ടി + 7 = 7

8 ന്റെ ഇരട്ടി + 0 = 16

0 ന്റെ ഇരട്ടി + 8 = 8

തുടർന്ന് മൂന്നാം വരി കിട്ടിയതെങ്ങനെയെന്നു പരിശോധിക്കുക. 807906 × 12 = 9694872

6. ക്രിയ ചെയ്യുക.220330 × 12

0	2	2	0	3	3	0	× 12
2	6	4	3	9	6	0	

രണ്ടക്ക സംഖ്യകൾ ഇല്ലാത്തതുകൊണ്ട് ഇവിടെ മൂന്നാം വരിയുടെ ആവശ്യം വരുന്നില്ല. 220330 × 12 = 2643960

7. ക്രിയ ചെയ്യുക. 98762 × 12

0	9	8	7	6	2	× 12
9	26	23	20	14	4	
11	8	5	1	4	4	

98762 × 12 = 1185144

9 കൊണ്ടുള്ള ഗുണനം

ഒരു സംഖ്യയെ 9 കൊണ്ടു ഗുണിക്കുന്നതിനുള്ള എളുപ്പ വഴി പഠിക്കാം. നിയമങ്ങൾ ഇങ്ങനെ ചുരുക്കി പറയാം.

1. ഇടത്തേയറ്റം പൂജ്യം ചേർക്കുക.

2. തന്നിരിക്കുന്ന സംഖ്യയുടെ വലത്തേയറ്റത്തെ അക്കം 10 ൽ നിന്നു കുറച്ചെഴുതുക.

3. പിന്നോട്ടുള്ള ഓരോ അക്കവും 9 ൽ നിന്നു കുറച്ചു വലത്തേ അക്കം കൂട്ടി എഴുതുക.

4. ഇടത്തേയറ്റത്തെ അക്കം 1 കുറച്ചെഴുതുക.

1. ക്രിയ ചെയ്യുക 732×9

 732 ലെ 2, 10 ൽ നിന്നു കുറച്ചെഴുതണം. $10 - 2 = 8$ പിന്നിലെ 3, 9 ൽ നിന്നു കുറച്ചു മുന്നിലെ 2 കൂട്ടി കൂട്ടണം. $9 - 3 + 2 = 8$. ഇനി 7, 9 ൽ നിന്നു കുറച്ചു മുന്നിലെ 3 കൂട്ടണം. $9 - 7 + 3 = 5$. ഇടത്തേയറ്റത്തെ 7 ൽനിന്ന് 1 കുറച്ചെഴുതണം. $7 - 1 = 6$.

0	7	3	2	×9
6	5	8	8	

$732 \times 9 = 6588$

2. ക്രിയ ചെയ്യുക. 897×9

0	8	9	7	×9
7	10	7	3	
8	0	7	3	

ഒന്നാം വരി ചോദ്യമാണ്.

രണ്ടാം വരിയിലെ സംഖ്യകൾ കണ്ടുപിടിച്ച ക്രിയകൾ ചുവടെ വായിക്കുക. വലത്തേയറ്റത്തു നിന്നു തുടങ്ങാം.

$10 - 7 = 3$

$9 - 9 + 7 = 7$

$9 - 8 + 9 = 10$

$8 - 1 = 7$

രണ്ടക്കം വരുന്നിടത്ത് ഒറ്റയുടെ സ്ഥാനത്തെ അക്കം എഴുതിയിട്ട് പത്താം സ്ഥാനം ഇടത്തേക്കു കൂട്ടി എഴുതിയതാണ് മൂന്നാമത്തെ വരി

$897 \times 9 = 8073$

3. ക്രിയ ചെയ്യുക. 6078 × 9

0	6	0	7	8	×9
5	3	16	10	2	
5	4	7	0	2	

ഒന്നാം വരി ചോദ്യമാണ്.

രണ്ടാം വരി എഴുതിയ ക്രിയകൾ കാണുക.

10 - 8 = 2

9 - 7 + 8 = 10

9 - 0 + 7 = 16

9 - 6 + 0 = 3

6 - 1 = 5

ഇനി രണ്ടാം വരിയിൽനിന്നും മൂന്നാം വരി എഴുതിയതെ ങ്ങനെയെന്ന് നോക്കി മനസ്സിലാക്കുക.

4. ക്രിയ ചെയ്യുക.87807 × 9

0	8	7	8	0	7	×9
7	8	10	1	16	3	
7	9	0	2	6	3	

ഒന്നാം വരി ചോദ്യം:

രണ്ടാം വരിയിലെ ക്രിയകൾ കാണുക.

10 - 7 = 3

9 - 0 + 7 = 16

9 - 8 + 0 = 1

9 - 7 + 8 = 10

9 - 8 + 7 = 8

8 - 1 = 7

തുടർന്ന് മൂന്നാം വരി എഴുതുക

87807 × 9 = 790263

5. ക്രിയ ചെയ്യുക. 160507 × 9

0	1	6	0	5	0	7	× 9
0	14	3	14	4	16	3	
1	4	4	4	5	6	3	

ഒന്നാം വരിയും മൂന്നാം വരിയും ആവർത്തിക്കുന്നില്ല
രണ്ടാം വരി കാണുക.

10 - 7 = 3

9 - 0 + 7 = 16

9 - 5 + 0 = 4

9 - 0 + 5 = 14

9 - 6 + 0 = 3

9 - 1 + 6 = 14

1 - 1 = 0

160507 × 9 = 1444563

6. ക്രിയ ചെയ്യുക. 5432345 × 9

0	5	4	3	2	3	4	5	×9
4	8	8	8	10	10	10	5	
4	8	8	9	1	1	0	5	

രണ്ടാം വരിയിലെ ക്രിയകൾ കാണുക.

10 - 5 = 5
9 - 4 + 5 = 10
9 - 3 + 5 = 10
9 - 2 + 3 = 10
9 - 3 + 2 = 8
9 - 4 + 3 = 8
9 - 5 + 4 = 8
5 - 1 = 4

5432345 × 9= 48891105

7. ക്രിയ ചെയ്യുക 9999 × 9

0	9	9	9	9	×9
8	9	9	9	1	

10 - 9 = 1
9 - 9 + 9 = 9
9 - 9 + 9 = 9
9 - 9 + 9 = 9
9 - 1 = 8

9999 × 9 = 89991

8 കൊണ്ടു ഗുണിക്കാം

1. തന്നിരിക്കുന്ന സംഖ്യയുടെ ഇടത്തേയറ്റം പൂജ്യം ചേർക്കുക.

2. ഒറ്റയുടെ സ്ഥാനത്തെ അക്കം 10 ൽ നിന്ന് കുറച്ചു അതിന്റെ ഇരട്ടി എഴുതുക.

3. തുടർന്ന് ഇടത്തോട്ടുള്ള ഓരോ അക്കവും 9 ൽ നിന്നു കുറച്ച് അതിന്റെ ഇരട്ടി എടുക്കുക. ഈ സംഖ്യ തൊട്ടു വലത്തെ സംഖ്യയോട് കൂട്ടി എഴുതുക.

4. ഇടത്തെ അറ്റത്തെ അക്കത്തിൽനിന്നും 2 കുറച്ച് എഴുതുക.

1. ക്രിയ ചെയ്യുക 7382×8

0	7	3	8	2	$\times 8$
5	7	20	4	16	
5	9	0	5	6	

ഒന്നാമത്തെ വരി ചോദ്യമാണ്. രണ്ടാമത്തെ വരി വിശദീകരിക്കാം. വലത്തെ അറ്റത്തുനിന്നും ക്രിയ തുടങ്ങണം.

10 ൽ നിന്ന് 2 കുറച്ചു. 8 കിട്ടി. 8 ന്റെ ഇരട്ടി 16 അടിയിൽ എഴുതിയിരിക്കുന്നു.

അടുത്ത അക്കം 8. ഇത് 9 ൽ നിന്നു കുറച്ച് ഇരട്ടി എടുക്കണം. 9 – 8 = 1. 1ന്റെ ഇരട്ടി 2. ഈ 2 തൊട്ടു വലതു വശത്തെ 2നോട് കൂട്ടി 4 അടിയിൽ എഴുതിയിരിക്കുന്നു.

അടുത്ത അക്കം 3. 9 ൽ നിന്നു 3 കുറച്ചാൽ 6. 6 ന്റെ ഇരട്ടി 12.2 നോട് വലതു വശത്തെ 8 കൂട്ടി 20 അടിയിൽ എഴുതിയിരിക്കുന്നു.

അടുത്ത അക്കം 7, 9 ൽ നിന്ന് 7 കുറച്ചാൽ 2. 2 ന്റെ ഇരട്ടി 4. ഈ 4 ഉം വലതുവശത്തെ 3 ഉം കൂടി കൂടി 7 താഴെ എടുതിയിരിക്കുന്നു.

ഇടത്തേ അറ്റത്തെ അക്കമായ 7 ൽ നിന്ന് 2 കുറച്ച് 5 പൂജ്യത്തിനു താഴെ എഴുതിയിരിക്കുന്നു.

രണ്ടാം വരിയിലെ രണ്ടക്ക സംഖ്യകളുടെ ഒറ്റയുടെ സ്ഥാനത്തെ അക്കം എഴുതിയിട്ട് പത്താം സ്ഥാനം ഇടത്തേക്കു കൂട്ടി എഴുതിയതാണ് മൂന്നാമത്തെ വരി.

$$7382 \times 8 = 59056$$

2. ക്രിയ ചെയ്യുക. 80756×8

0	8	0	7	5	6	× 8
6	2	25	9	14	8	
6	4	6	0	4	8	

ഒന്നാം വരി ചോദ്യമാണ്. രണ്ടാം വരി കാണുക.

10 - 6 = 4. 4 ന്റെ ഇരട്ടി = 8

9 - 5	=	4.	$2 \times 4 + 6$	=	14
9 - 7	=	2.	$2 \times 2 + \quad 5$	=	9
9 - 0	=	9.	$2 \times 9 + 7$	=	25
9 - 8	=	1.	$2 - \times 1 + 0$	=	2
8 - 2	=	6	....	=	6

രണ്ടാം വരിയിൽനിന്നും മൂന്നാം വരി എഴുതുന്നതെങ്ങനെ യെന്ന് മുമ്പു വിശദീകരിച്ചുവല്ലോ. $80756 \times 8 = 646048$

3. ക്രിയ ചെയ്യുക. 88888×8

0	8	8	8	8	8	$\times 8$
6	10	10	10	10	4	
7	1	1	1	0	4	

ഒന്നാം വരി ചോദ്യം. രണ്ടാം വരി കാണുക.

10 - 8	=	2	2×2	=	4
9 - 8	=	1	$2 \times 1 + 8$	=	10
9 - 8	=	1	$2 - \times 1 + 8$	=	10
9 - 8	=	1	$2 - \times 1 + 8$	=	10
9 - 8	=	1	$2 \times 1 + 8$	=	10
8 - 2	=	6	....	=	6

മൂന്നാം വരിയിലെ ക്രിയകൾ കാണുക.

$88888 \times 8 = 711104$

4. ക്രിയ ചെയ്യുക. 710717×8

0	7	1	0	7	1	7	×8
5	5	16	25	5	23	6	
5	6	8	5	7	3	6	

ഒന്നാം വരി ചോദ്യം രണ്ടാം വരി കാണുക.

10 - 7 = 3	2×3	= 6
9 - 1 = 8	$2 \times 8 + 7$	= 23
9 - 7 = 2	$2 \times 2 + 1$	= 5
9 - 0 = 9	$2 \times 9 + 7$	= 25
9 - 1 = 8	$2 \times 8 + 0$	= 16
9 - 7 = 2	$2 \times 2 + 1$	= 5
7 - 2 = 5	....	= 5

മൂന്നാം വരിയിൽ കൂട്ടി എഴുതിയിരിക്കുന്നതു നോക്കി മനസ്സിലാക്കുക.

$$710717 \times 8 = 5685736$$

5. ക്രിയ ചെയ്യുക. 89906×8

0	8	9	9	0	6	×8
6	11	9	0	24	8	
7	1	9	2	4	8	

രണ്ടാം വരിയിലെ ക്രിയകൾ ചുവടെ ചേർക്കുന്നു.

10 - 6	=	4	2 × 4	=	8
9 - 0	=	9	2 × 9 + 6	=	24
9- 9	=	0	2 × 0 + 0	=	0
9 - 9	=	0	2 × 0 + 9	=	9
9 - 8	=	1	2 × 1 + 9	=	11
8 - 2	=	6	....	=	6

രണ്ടാം വരിയിലെ 24 ന്റെ 4 അടിയിൽ എഴുതിയിട്ട് 2 ഇടത്തേക്കു കൂട്ടിയിരിക്കുന്നു. അതുപോലെ 11 ലെ 1 ഇറക്കി എഴുതിയിട്ട് പത്താം സ്ഥാനം ഇടത്തേക്കു കൂട്ടിയിരിക്കുന്നു. മറ്റു കോളങ്ങൾക്കൊന്നും മാറ്റമില്ല.

6. ക്രിയ ചെയ്യുക. 56785 × 8

0	5	6	7	8	5	× 8
3	14	13	12	7	10	
4	5	4	2	8	0	

രണ്ടാം വരിയിലെ ക്രിയകൾ എഴുതാം.

10 - 5	=	5	2 × 5	=	10
9 - 8	=	1	2 × 1 + 5	=	7
9 - 7	=	2	2 × 2 + 8	=	12
9 - 6	=	3	2 × 3 + 7	=	13
9 - 5	=	4	2 × 4 + 6	=	14
5 - 2	=	3	....	=	3

രണ്ടാം വരിയിലെ 12, 13, 14 എന്നീ സംഖ്യകളുടെ പത്താം സ്ഥാനം ഇടത്തേക്കു കൂട്ടിയിരിക്കുന്നു.

$56785 \times 8 = 454280$

7. ക്രിയ ചെയ്യുക. 88889×8

0	8	8	8	8	9	$\times 8$
6	10	10	10	11	2	
7	1	1	1	1	2	

$88889 \times 8 = 711112$

7 കൊണ്ടുള്ള ഗുണനം

ഒരു സംഖ്യയെ 7 കൊണ്ടു ഗുണിക്കുന്നതിനുള്ള എളുപ്പ വഴി ഇങ്ങനെ.

1. സംഖ്യയുടെ ഇടത്തേയറ്റം പൂജ്യം ചേർക്കുക.
2. വലത്തെ അറ്റത്തു നിന്നു തുടങ്ങുക.
3. ഓരോ അക്കത്തിന്റെയും ഇരട്ടിയോട് തൊട്ടു വലത്തെ അക്കത്തിന്റെ പകുതി കൂട്ടുക.
4. അക്കം ഒറ്റ സംഖ്യയാണെങ്കിൽ ഇരട്ടിയോട് 5 കൂട്ടിയിട്ടു വേണം വലത്തെ അക്കത്തിന്റെ പകുതി കൂട്ടാൻ

1. 8624 നെ 7 കൊണ്ടു ഗുണിക്കുക.

0	8	6	2	4	× 7
4	19	13	6	8	
6	0	3	6	8	

വലത്തേയറ്റത്തെ 4 ന്റെ ഇരട്ടി 8. 4 നു വലതുവശത്ത് സംഖ്യയില്ലാത്തതുകൊണ്ട് പകുതി കൂട്ടുക എന്ന ക്രിയ ഒഴി

വാക്കാം. തൊട്ടുപിന്നിലെ അക്കം 2. ഇരട്ടി 4. വലതുവശത്തെ അക്കമായ 4 ന്റെ പകുതികൂടി കൂട്ടിയാൽ 4 + 2 = 6.

അടുത്ത അക്കം 6. ഇരട്ടി 12. വലതുവശത്തെ 2 ന്റെ പകുതി കൂടി കൂട്ടിയാൽ 12 + 1 = 13. അടുത്തത് 8 ആണ്. ഇരട്ടി 16. ഇതിനോട് 6 ന്റെ പകുതി 3 കൂടി കൂട്ടിയാൽ 16 + 3 = 19. ഇടത്തേ അറ്റത്തെ അക്കം പൂജ്യം. ഇരട്ടിയും പൂജ്യം തന്നെ. പൂജ്യത്തോട് വലതുവശത്തെ 8 ന്റെ പകുതി കൂട്ടിയാൽ 4 കിട്ടും. ഇപ്പോൾ രണ്ടാം വരിയിലെ സംഖ്യകളെല്ലാമായി. ഇനി രണ്ടക്ക സംഖ്യകളിലെ പത്താം സ്ഥാനം ഇടത്തേക്കു കൂട്ടി എഴുതിയാൽ മൂന്നാം വരി കിട്ടും. അതാണ് ഉത്തരം.

$$8624 \times 7 = 60368$$

2. ക്രിയ ചെയ്യുക. 47356×7

0	4	7	3	5	6	×7
2	11	20	13	18	12	
3	3	1	4	9	2	

6 ന്റെ ഇരട്ടി 12. അടുത്ത അക്കം 5. 5 ന്റെ ഇരട്ടി 10. 5 ഒറ്റ സംഖ്യ ആയതുകൊണ്ട് ഇരട്ടിയോട് 5 കൂടി കൂട്ടണം. 10 + 5 = 15. ഈ 15 നോട് വലതുവശത്തെ 6 ന്റെ പകുതി കൂടി കൂട്ടിയാൽ 18 കിട്ടും.

അടുത്ത അക്കം 3. ഇരട്ടി 6. ഒറ്റ സംഖ്യ ആയതുകൊണ്ട് 5 കൂടി കൂട്ടണം. 6 + 5 = 11 വലതുവശത്തെ 5 ന്റെ പകുതി $2\frac{1}{2}$. പകുതി കാണുമ്പോൾ ഭിന്നസംഖ്യ വന്നാൽ പൂർണ്ണ സംഖ്യാ ഭാഗം മാത്രം സ്വീകരിക്കുക. അതായത് $2\frac{1}{2}$ വന്നാൽ 2 എടുത്താൽ മതിയാകും. 11 + 2 = 13.

അടുത്തത് 7 ആണ്. ഇരട്ടി 14. 14 + 5 = 19. ഇതിനോട് 3 ന്റെ പകുതി 1½ അഥവാ 1 കൂട്ടണം. 19 + 1 = 20. ഇനി 4 എടുക്കാം. ഇരട്ടി 8. വലതുവശത്തെ 7 ന്റെ പകുതി 3. കൂട്ടുക. 8 + 3 = 11. ഇനി പൂജ്യത്തിന്റെ ഇരട്ടിയോട് 4 ന്റെ പകുതി കൂട്ടി യാൽ 2 കിട്ടും. രണ്ടാം വരി പൂർണ്ണമായി എന്നിട്ട് പത്താം സ്ഥാനം ഇടത്തേക്കു കൂടി മൂന്നാം വരി എഴുതിയിരി ക്കുന്നതു ശ്രദ്ധിക്കുക.

$$47356 \times 7 = 331492$$

3. ക്രിയ ചെയ്യുക. 87829×7

0	8	7	8	2	9	× 7
4	19	23	17	8	23	
6	1	4	8	0	3	

$2 \times 9 + 5 = 23$

$2 \times 2 + \frac{9}{2} = 8$

$2 \times 8 + \frac{2}{2} = 17$

$2 \times 7 + 5 + \frac{8}{2} = 23$

$2 \times 8 + \frac{7}{2} = 19$

$2 \times 0 + \frac{8}{2} = 4$

രണ്ടാം വരി തീർന്നു. രണ്ടാം വരിയിൽനിന്നും മൂന്നാം വരി എഴുതിയിരിക്കുന്നതു നോക്കി മനസ്സിലാക്കുക.

4. ക്രിയ ചെയ്യുക. 708642×7

0	7	0	8	6	4	2	$\times 7$
3	19	4	19	14	9	4	
4	9	6	0	4	9	4	

$2 \times 2 = 4$

$2 \times 4 + \frac{2}{2} = 9$

$2 \times 6 + \frac{4}{2} = 14$

$2 \times 8 + \frac{6}{2} = 19$

$2 \times 0 + 4 = 4$

$2 \times 7 + 5 + \frac{0}{2} = 19$

$2 \times 0 + \frac{7}{2} = 3$

$708642 \times 7 = 4960494$

0	8	9	7	6	4	3	$\times 7$
4	20	26	22	14	9	11	
6	2	8	3	5	0	4	

5. ക്രിയ ചെയ്യുക. 897643×7

$2 \times 3 + 5 = 11$

$2 \times 4 + \frac{3}{2} = 9$

$2 \times 6 + \frac{4}{2} = 14$

$2 \times 7 + 5 + \frac{6}{2} = 22$

$2 \times 9 + 5 + \frac{7}{2} = 26$

$2 \times 8 + \frac{9}{2} = 20$

$2 \times 0 + \frac{8}{2} = 4$

$897643 \times 7 = 6283501$

6. ക്രിയ ചെയ്യുക. 77777×7

0	7	7	7	7	7	$\times 7$
3	22	22	22	22	19	
5	4	4	4	3	9	

$2 \times 7 + 5 = 19$

$2 \times 7 + 5 + \frac{7}{2} = 22$

$2 \times 7 + 5 + \frac{7}{2} = 22$

$2 \times 7 + 5 + \frac{7}{2} = 22$

$2 \times 7 + 5 + \frac{7}{2} = 22$

$2 \times 0 + \frac{7}{2} = 3$

$77777 \times 7 = 544439$

7. ക്രിയ ചെയ്യുക. 807060×7

0	8	0	7	0	6	0	×7
4	16	3	19	3	12	0	
5	6	4	9	4	2	0	

$2 \times 0 = 0$

$2 \times 6 + \frac{0}{2} = 12$

$2 \times 0 + \frac{6}{2} = 3$

$2 \times 7 + 5 + \frac{0}{2} = 19$

$2 \times 0 + \frac{7}{2} = 3$

$2 \times 8 + \frac{0}{2} = 16$

$2 \times 0 + \frac{8}{2} = 4$

$807060 \times 7 = 5649420$

6 കൊണ്ട് ഗുണിക്കാം

ഇനി 6 കൊണ്ടു ഗുണിക്കുന്നതിനുള്ള എളുപ്പവഴി പഠിക്കാം.

1. ഗുണിക്കേണ്ട് സംഖ്യയുടെ ഇടതുവശം ഒരു പൂജ്യം ചേർക്കുക.

2. എന്നിട്ട് ഓരോ അക്കത്തോടും വലതുവശത്തുള്ള അക്കത്തിന്റെ പകുതി കൂട്ടി എഴുതുക.

3. അക്കം ഒറ്റ സംഖ്യയാണെങ്കിൽ അതിനോട് 5 കൂട്ടിയിട്ടു വേണം വലതു വശത്തിന്റെ പകുതി കൂട്ടാൻ.

4. പകുതി എടുക്കുമ്പോൾ ഭിന്ന സംഖ്യാഭാഗം ഒഴിവാക്കി പൂർണ്ണസംഖ്യ മാത്രം സ്വീകരിക്കുക. 3 ½ വന്നാൽ 3 എന്നെഴുതിയാൽ മതിയെന്നു സാരം.

ഇനി ഉദാഹരണങ്ങൾ കാണുക.

1. ക്രിയ ചെയ്യുക. 78462×6

0	7	8	4	6	2	$\times 6$
3	16	10	7	7	2	
4	7	0	7	7	2	

ഒന്നാം വരി കാണുക. വലത്തേ അറ്റത്തെ 2 കഴിഞ്ഞ് സംഖ്യയില്ലാത്തതുകൊണ്ട് 2 ഇറക്കി എഴുതി. അടുത്ത അക്കം 6. ഇതിനോട് വലതുവശത്തെ 2 ന്റെ പകുതി കൂടി കൂട്ടിയാൽ 6 + 1 = 7. അടുത്തത് 4. 4 + $\frac{6}{2}$ = 7. അടുത്ത അക്കം 8. 8 + $\frac{4}{2}$ = 10. അടുത്തത് ഒറ്റ സംഖ്യയാണ്. അപ്പോൾ 5 കൂട്ടിയിട്ടുവേണം വലതുവശത്തെ അക്കത്തിന്റെ പകുതി കൂട്ടാൻ. 7 + 5 + $\frac{8}{2}$ = 16. ഇടത്തെയറ്റം പൂജ്യം. 0 + $\frac{7}{2}$ കാണണം. അതായത് 0 + 3 = 3.

രണ്ടാം വരിയിലെ രണ്ടക്ക സംഖ്യകളുടെ പത്താം സ്ഥാനം ഇടത്തേക്കു കൂട്ടി എഴുതിയതാണ്. മൂന്നാം വരി. 78462 × 6 = 470772

2. ക്രിയ ചെയ്യുക. 18376 × 6

0	1	8	3	7	6	×6
0	10	9	11	15	6	
1	1	0	2	5	6	

6 = 6

$7 + 5 + \frac{6}{2}$ = 15

$3 + 5 + \frac{7}{2}$ = 11

$8 + \frac{3}{2}$ = 9

$1 + 5 + \frac{8}{2}$ = 10

$0 + \frac{1}{2}$ = 0

ഇനി മൂന്നാം വരി കാണുക.

18376 × 6 = 110256

3. ക്രിയ ചെയ്യുക.70355 × 6

0	7	0	3	5	5	×6
3	12	1	10	12	10	
4	2	2	1	3	0	

$5 + 5 = 10$

$5 + 5 + \frac{5}{2} = 12$

$3 + 5 + \frac{5}{2} = 10$

$0 + \frac{3}{2} = 1$

$7 + 5 + \frac{0}{2} = 12$

$0 + \frac{7}{2} = 3$

$70355 \times 6 = 422130$

4. ക്രിയ ചെയ്യുക.878787 × 6

0	8	7	8	7	8	7	×6
4	11	16	11	16	11	12	
5	2	7	2	7	2	2	

$7 + 5 = 12$

$8 + \frac{7}{2} = 11$

$7 + 5 + \frac{8}{2} = 16$

$8 + \frac{7}{2} = 11$

$7 + 5 + \frac{8}{2} \quad = \quad 16$

$8 + \frac{7}{2} \quad = \quad 11$

$0 + \frac{8}{2} \quad = \quad 4$

$878787 \times 6 \quad = \quad 5272722$

5. ക്രിയ ചെയ്യുക. 35079×6

0	3	5	0	7	9	×6
1	10	10	3	16	14	
2	1	0	4	7	4	

$9 + 5 \quad = \quad 14$

$7 + 5 + \frac{9}{2} \quad = \quad 16$

$0 + \frac{7}{2} \quad = \quad 3$

$5 + 5 + \frac{0}{2} \quad = \quad 10$

$3 + 5 + \frac{5}{2} \quad = \quad 10$

$0 + \frac{3}{2} \quad = \quad 1$

$35079 \times 6 \quad = \quad 210474$

6. ക്രിയ ചെയ്യുക. 765432×6

0	7	6	5	4	3	2	×6
3	15	8	12	5	9	2	
4	5	9	2	5	9	2	

$2 = 2 \rightarrow 2$

$3 + 5 + \frac{2}{1} = 9 \rightarrow 9$

$4 + \frac{3}{2} = 5 \rightarrow 5$

$5 + 5 + 2 = 12 \rightarrow 2$

$6 + \frac{5}{2} = 8 \rightarrow 9$

$7 + 5 + \frac{6}{2} = 15 \rightarrow 5$

$0 + \frac{7}{2} = 3 \rightarrow 4$

$765432 \times 6 = 4592592$

7. ക്രിയ ചെയ്യുക. 192837×6

0	1	9	2	8	3	7	×6
0	10	15	6	9	11	12	
1	1	5	7	0	2	2	

$7 + 5 = 12 \rightarrow 2$

$3 + 5 + \frac{7}{2} = 11 \rightarrow 2$

$8 + \frac{3}{2} = 9 \rightarrow 0$

$2 + \frac{8}{2} = 6 \rightarrow 7$

$9 + 5 + \frac{2}{2} = 15 \rightarrow 5$

$1 + 5 + \frac{9}{2} = 10 \rightarrow 1$

$0 + \frac{1}{2} = 0 \rightarrow 1$

$192837 \times 6 = 1157022$

ഹരണം എളുപ്പവഴിയിൽ

75342387 നെ 34 കൊണ്ടു ഹരിക്കണമെന്നിരിക്കട്ടെ. എളുപ്പവഴിയിൽ ഹരിക്കുന്നതിങ്ങനെ. ആദ്യം 34 ന്റെ ഗുണന പട്ടിക തയ്യാറാക്കാം.

34× 1	34
34× 2	68
34× 3	102
34× 4	136
34× 5	170
34× 6	204
34× 7	238
34× 8	272
34× 9	306

1. 75 നു താഴെ അതിൽ നിന്നു കുറയ്ക്കാവുന്ന ഏറ്റവും വലിയ സംഖ്യ ഗുണനപട്ടിക നോക്കി എഴുതുക. ഇവിടെ സംഖ്യ 68. വലത്തേ അറ്റത്തെ കോളം ഹരണഫലത്തിന്റേതാണ്. അവിടെ 2 എഴുതുക. (34 × 2 = 68)

2. കുറച്ചു കിട്ടുന്ന സംഖ്യയും അടുത്ത അക്കവും ചേർന്നാൽ 73 ആകും. 73 ൽനിന്നും കുറയ്ക്കാവുന്ന ഏറ്റവും വലിയ സംഖ്യ ഗുണനപട്ടികയിൽ 68 ആണ്. ഹരണഫലത്തിൽ 2 എഴുതുക. 34 ന്റെ രണ്ടാമത്തെ ഗുണിതമാണ് 66.

7	5	3	4	2	3	8	7	2
6	8							
	7	3						2
	6	8						
		5	4					1
		3	4					
		2	0	2				5
		1	7	0				
			3	2	3			9
			3	0	6			
				1	7	8		5
				1	7	0		
						8	7	2
						6	8	
						1	9	

3. കുറച്ചു കിട്ടുന്ന 5 ഉം അടുത്ത അക്കവും ചേർന്നാൽ 54 കിട്ടും. ഇതിൽനിന്നും കുറയ്ക്കാവുന്ന ഏറ്റവും വലിയ സംഖ്യ 34 തന്നെ. ഹരണഫലത്തിൽ 1 എഴുതുക.

4. കുറച്ചുകിട്ടുന്ന സംഖ്യയും അടുത്ത അക്കവും ചേർന്നാൽ 202 കിട്ടും. ഇതിൽ നിന്നു കുറയ്ക്കാവുന്ന ഏറ്റവും വലിയ സംഖ്യ ഗുണനപട്ടികയിൽ 170 ആണ്. ഹരണഫലത്തിൽ 5 എഴുതുക. 34 ന്റെ 5-ാമത്തെ ഗുണിതമാണ് 170.

5. കുറയ്ക്കുമ്പോൾ 32 കിട്ടും. അടുത്ത അക്കം 3. അങ്ങനെ സംഖ്യ 323 ആയി. ഇതിൽ നിന്നു കുറയ്ക്കാവുന്ന ഏറ്റവും വലിയ സംഖ്യ പട്ടികയിൽ 306 ആണ്. ഹരണഫലത്തിൽ 9 എഴുതുക.

6. കുറയ്ക്കുമ്പോൾ 17 കിട്ടും. അടുത്ത അക്കം 8. സംഖ്യ 178. ഇതിൽ നിന്നു കുറയ്ക്കാവുന്ന ഏറ്റവും വലിയ സംഖ്യ 170. ഹരണഫലത്തിൽ 5 എഴുതുക.

7. അടുത്ത സംഖ്യ 87. കുറയ്ക്കാവുന്ന ഏറ്റവും വലിയ സംഖ്യ 68. ഹരണഫലത്തിൽ 2 എഴുതുക.

8. കുറയ്ക്കുമ്പോൾ 19 കിട്ടും. ഇനി അക്കങ്ങൾ ഇല്ലാത്തതു കൊണ്ട് ക്രിയ ഇവിടെ നിർത്താം. 19 ആണ് ശിഷ്ടം.

ഹരണഫലം = 2215952

ശിഷ്ടം = 19

87418 നെ 73 കൊണ്ടു ഹരിക്കുക.

ആദ്യം ഗുണനപട്ടിക തയ്യാറാക്കാം.

73× 1	73
73× 2	146
73× 3	219
73× 4	292
73× 5	365
73× 6	438
73× 7	511
73× 8	584
73× 9	657

ഇനി ഹരണക്രിയകൾ കാണുക.

8	7	4	1	8	1
7	3				
1	4	4			1
	7	3			
	7	1	1		9
	6	5	7		
		5	4	8	7
		5	1	1	
			3	7	

ഹരണഫലം 1197 ശിഷ്ടം 37

763703 നെ 63 കൊണ്ടു ഹരിക്കുക.

ആദ്യം ഗുണനപട്ടിക തയ്യാറാക്കാം.

63× 1	63
63× 2	126
63× 3	189
63× 4	252
63× 5	315
63× 6	378
63× 7	441
63× 8	504
63× 9	567

ഇനി ഹരണക്രിയകൾ കാണുക

7	6	3	7	0	3	1
6	3					
1	3	3				2
1	2	6				
		7	7			1
		6	3			
		1	4	0		2
		1	2	6		
			1	4	3	2
			1	2	6	
				1	7	

ഹരണഫലം = 12122

ശിഷ്ടം = 17

87493218 നെ 45 കൊണ്ടു ഹരിക്കുക.

45 ന്റെ ഗുണനപട്ടിക കാണുക

45× 1	45
45× 2	90
45× 3	135
45× 4	180
45× 5	225
45× 6	270
45× 7	315
45× 8	360
45× 9	405

ഇനി ഹരണക്രിയകൾ കാണുക

8	7	4	9	3	2	1	8	1
4	5							
4	2	4						9
4	0	5						
	1	9	9					4
	1	8	0					
		1	9	3				4
		1	8	0				
			1	3	2			2
				9	0			
				4	2	1		9
				4	0	5		
					1	6	8	3
					1	3	5	
						3	3	

ഹരണ ഫലം = 1944293

ശിഷ്ടം = 33

1836 നെ 12 കൊണ്ടുഹരിക്കുക.

ഗുണനപട്ടിക കാണുക.

12× 1	12
12× 2	24
12× 3	36
12× 4	48
12× 5	60
12× 6	72
12× 8	84
12× 9	108

1	8	3	6	1
1	2			
	6	3		5
	6	0		
		3	6	3
		3	6	
			0	

ഹരണഫലം = 153

ശിഷ്ടം = 0

137488 നെ 16 കൊണ്ടു ഹരിക്കുക.

16× 1	16
16× 2	32
16× 3	48
16× 4	64
16× 5	80
16× 6	96
16× 7	112
16× 8	128
16× 9	144

1	3	7	4	8	8	8
1	2	8				
		9	4			5
		8	0			
		1	4	8		9
		1	4	4		
				4	8	3
				4	8	
					0	

ഹരണഫലം = 8593

ശിഷ്ടം = 0

2292960 ÷ 30 ക്രിയ ചെയ്യുക.

30× 1	30
30× 2	60
30× 3	90
30× 4	120
30× 5	150
30× 6	180
30× 7	210
30× 8	240
30× 9	270

2	2	9	2	9	6	0	7
2	1	0					
	1	9	2				6
	1	8	0				
		1	2	9			4
		1	2	0			
				9	6		3
				9	0		
					6	0	2
					6	0	
						0	

ഹരണഫലം = 76432

ശിഷ്ടം = 0

ക്രിയ ചെയ്യുക. $10000 \div 8$

8×1	8
8×2	16
8×3	24

8 × 4	32
8 × 5	40
8 × 6	48
8 × 7	56
8 × 8	64
8 × 9	72

1	0	0	0	0	1
	8				
	2	0			2
	1	6			
		4	0		5
		4	0		
			0	0	0
				0	
				0	

ഹരണ ഫലം = 1250

ശിഷ്ടം = 0

വ്യവകലനം

രണ്ടു സംഖ്യകൾ തമ്മിൽ കുറയ്ക്കുന്നതിനുള്ള എളുപ്പ വഴിയാണ് ചർച്ച ചെയ്യുന്നത്. സംഖ്യകൾ തമ്മിൽ കുറയ്ക്കുന്നതിനു പകരം അവയുടെ തുക കണ്ടാൽ മതിയെന്നു പറഞ്ഞാൽ ആരെങ്കിലും വിശ്വസിക്കുമോ?

ഉദാഹരണങ്ങൾ കാണുക

1. 857 ൽ നിന്ന് 478 കുറയ്ക്കുക.

ഇവിടെ 478 ആണ് കുറയ്ക്കേണ്ടത്. ആദ്യം 478 ലെ അക്കങ്ങൾ ഓരോന്നും 9 ൽ നിന്നു കുറച്ചെഴുതുക. 521 കിട്ടും. ഇനി തന്നിരിക്കുന്ന 857 നോട് ഈ സംഖ്യ കൂട്ടണം.

$$\begin{array}{r} 857 + \\ 521 \\ \hline 1378 \end{array}$$

ഈ സംഖ്യയോട് 1 കൂടി കൂട്ടുക. 1378 + 1 = 1379 തന്നിട്ടു

ള്ളത് മൂന്നക്ക സംഖ്യകളായതുകൊണ്ട് ഇടത്തേയറ്റം നാലാമതുവന്ന അക്കം അതായത് 1 ഉപേക്ഷിക്കുക. ബാക്കി. 379. ഇതായിരിക്കും കുറച്ചു കിട്ടുന്ന ഉത്തരം.

2. 689 ൽനിന്നും 407 കുറയ്ക്കുക.

407 ലെ ഓരോ അക്കവും 9 ൽ നിന്നു കുറച്ചെഴുതുക. 592 കിട്ടും.

689 + 592 = 1281

1281 + 1 = 1282

ഇടത്തേയറ്റത്തെ 1 കളഞ്ഞാൽ 282

689 - 407 = 282

3. 7502 ൽനിന്നും 3994 കുറയ്ക്കുക.

3994 ലെ ഓരോ അക്കവും 9 ൽ നിന്നു കുറയ്ക്കുക. 6005 കിട്ടും.

7502 + 6005 = 12507

13507 + 1 = 13508

ഇടത്തേയറ്റത്തെ 1 കളഞ്ഞാൽ 3508

7502 - 3994 = 3508

4. 46513 ൽനിന്നും 34615 കുറയ്ക്കുക.

34615 ലെ ഓരോ അക്കവും 9 ൽ നിന്നു കുറയ്ക്കുക. 65384 കിട്ടും.

46513 + 65384 = 111897

ഇടത്തേയറ്റത്തെ 1 ഉപേക്ഷിക്കുക. സംഖ്യ 11898

46513 - 34615 = 11898

5. 70812 ൽനിന്നും 1999 കുറയ്ക്കുക.

ഇവിടെ രണ്ടാമത്തെ സംഖ്യയിൽ അക്കങ്ങൾ ഒന്ന് കുറവായതുകൊണ്ട് ഇടത്തേയറ്റം ഒരു പൂജ്യം ചേർത്ത് സംഖ്യ 01999 ആക്കുക.

ഇതിലെ ഓരോ അക്കവും 9 ൽ നിന്നു കുറച്ചാൽ 98000 കിട്ടും.

70812 + 98000 = 168812

168812 + 1 = 168813

ഇടത്തേയറ്റത്തെ 1 ഉപേക്ഷിച്ചാൽ സംഖ്യ 68813

70812 - 1999 = 68813

6. 6847 - 518 ക്രിയ ചെയ്യുക.

ചോദ്യം 6847 - 0518 എന്നാക്കുന്നു.

0518 → 9481

6847 + 9481 = 16328

16328 + 1 = 16329

6847 - 518 = 6329

7. 7740 - 692 ക്രിയ ചെയ്യുക.

ചോദ്യം 7740 - 0692

0692 → 9307

7740 + 9307 = 17047

17047 + 1 = 17048

7740 - 692 = 7048

8. ക്രിയ ചെയ്യുക. 50940 - 9099

ചോദ്യം 50940 - 09099

09099 → 90900

50940 + 90900= 141840

141840 + 1 = 141841

50940 - 9099 = 41841

9. ക്രിയ ചെയ്യുക. 8787 - 1549

1549 → 8450

8787 + 8450 = 17237

17237 + 1 = 17238

8787 - 1549 = 7238

10. ക്രിയ ചെയ്യുക. 10000 - 999

10000 - 0999

00999 → 99000

10000 + 99000 = 109000

109000 + 1 = 109001

10000 - 999 = 9001

11. ക്രിയ ചെയ്യുക. 1000 - 909

ചോദ്യം 1000 - 0909

0909 → 9090

1000 + 9090 = 10090

10090 + 1 = 10091

1000 - 909 = 91

12. ക്രിയ ചെയ്യുക. 1111 - 111

ചോദ്യം 1111 - 0111

0111 → 9888

1111 + 9888 = 10999

10999 + 1 = 11000

1111 - 111 = 1000

സ്ഥാന വിലയുള്ള സംഖ്യകൾ

10, 100, 1000, 10000 തുടങ്ങി സ്ഥാനവിലയുള്ള സംഖ്യകളിൽനിന്നും കുറയ്ക്കുന്നത് ഏറെപ്പേർക്കും ബുദ്ധിമുട്ടുള്ള ക്രിയയാണ്. പൂജ്യത്തിന്റെ സാന്നിദ്ധ്യമാണ് പ്രശ്നം. എന്നാൽ അതിനും പരിഹാരമുണ്ട്. സ്ഥാനവിലയുള്ള സംഖ്യകളിൽനിന്നും എളുപ്പവഴിയിൽ കുറയ്ക്കാം.

1. ക്രിയ ചെയ്യുക. 10000 - 7995

എളുപ്പവഴി ഇങ്ങനെ. 10000 എഴുതുന്നില്ല. പകരം വലത്തെ അറ്റത്തെ പൂജ്യത്തിന്റെ സ്ഥാനത്ത് 10 ഉം ഇടത്തോട്ട് ബാക്കി ഓരോ പൂജ്യത്തിന്റെ സ്ഥാനത്ത് 9 ഉം എഴുതുന്നു. ഇടത്തേയറ്റത്തെ 1 പരിഗണിക്കേണ്ടതില്ല.

```
 9  9  9  10 -
 7  9  9  5
--------------
 2  0  0  5
```

10000 - 7995= 2005

2. 100000 - 63297

ആകെ 5 പൂജ്യങ്ങളുണ്ട്. വലത്തേയറ്റം 10 എഴുതുന്നു. ഇടത്തോട്ട് ഓരോ പൂജ്യത്തിന്റെയും സ്ഥാനത്ത് 9 ഉം എഴുതുന്നു. ക്രിയകൾ എന്തെളുപ്പമായി എന്നു കാണുക.

9 9 9 9 10 -
6 3 2 9 7
---
3 6 7 0 3

3. ക്രിയ ചെയ്യുക. 10000 - 4321

9 9 9 10 -
4 3 2 1
---
5 6 7 9

4. ക്രിയ ചെയ്യുക. 10000 - 1092

9 9 9 10 -
1 0 9 2
---
8 9 0 8

5. ക്രിയ ചെയ്യുക.1000 - 79

9 9 10 -
0 7 9
---
9 2 1

6. ക്രിയ ചെയ്യുക. 100000 - 7306

9 9 9 9 10 -

0 7 3 0 6

9 2 6 9 4

7. ക്രിയ ചെയ്യുക. 1000000 - 76325

9 9 9 9 9 10 -

0 7 6 3 2 5

9 2 3 6 7 5

8. ക്രിയ ചെയ്യുക. 10000 - 9999

9 9 9 10 -

9 9 9 9

0 0 0 1

10000 - 9999 = 1

9. ക്രിയ ചെയ്യുക. 10000 - 301

9 9 9 10 -

0 3 0 1

9 6 9 9

10, ക്രിയ ചെയ്യുക. 10000 - 1111

9 9 9 10 -

1 1 1 1

8 8 8 9

7 കൊണ്ടു ഹരിക്കാം

തന്നിരിക്കുന്ന ഒരു സംഖ്യയെ 2, 3, 4, 5, 6 എന്നിങ്ങനെയുള്ള സംഖ്യകൾ ഓരോന്നുകൊണ്ടും ഹരിക്കാൻ കഴിയുമോ എന്നു പരിശോധിക്കാനുള്ള മാർഗ്ഗങ്ങൾ പൊതുവെ ഏവർക്കും പരിചിതമാണ്. എന്നാൽ 7 ന്റെ കാര്യം അങ്ങനെയല്ല. 7 കൊണ്ട് ഹരിക്കാൻ കഴിയുമോ എന്നറിയാനുള്ള പരിശോധന ഇതിൽ നിന്നെല്ലാം വ്യത്യസ്തമാണ്. നമുക്ക് ഒരുദാഹരണം പരിശോധിക്കാം.

1. 3976 നെ 7 കൊണ്ടു നിശ്ശേഷം ഹരിക്കാൻ കഴിയുമോ എന്നു പരിശോധിക്കുക.

ആദ്യം 3976 ന്റെ അവസാനത്തെ അക്കം കളഞ്ഞിട്ട് സംഖ്യ 397 ആക്കുക.

ഇനി 397 ൽനിന്ന് കളഞ്ഞ 6 ന്റെ ഇരട്ടി കുറയ്ക്കുക.

397 - 12 = 385

ഇനി 385 ന്റെ അവസാനത്തെ അക്കം കളയുകയും ശേഷിക്കുന്ന 38 ൽ നിന്ന് കളഞ്ഞ 5 ന്റെ ഇരട്ടി കുറയ്ക്കുകയും ചെയ്യുക.

38 - 10 = 28

28 നെ 7 കൊണ്ടു നിശ്ശേഷം ഹരിക്കാം. അപ്പോൾ തന്നിരിക്കുന്ന 3976 നെയും 7 കൊണ്ടു നിശ്ശേഷം ഹരിക്കാം.

2 206948 നെ 7 കൊണ്ടു നിശ്ശേഷം ഹരിക്കാൻ കഴിയുമോ എന്നു പരിശോധിക്കുക.

അവസാനത്തെ അക്കം 8 കളഞ്ഞാൽ സംഖ്യ 20694 ആകും. ഇതിൽനിന്നും 8 ന്റെ ഇരട്ടി 16 കുറച്ചാൽ 20678 കിട്ടും.

20678 നെ അവസാനത്തെ അക്കം കളഞ്ഞാൽ സംഖ്യ 2067 ഇതിൽനിന്നും കളഞ്ഞ 8 ന്റെ ഇരട്ടി 16 കുറയ്ക്കണം.

2067 - 16 = 2051

2051 ലെ അവസാനത്തെ 1 കളഞ്ഞാൽ സംഖ്യ 205. 205 ൽ നിന്നും 1 ന്റെ ഇരട്ടി 2 കുറയ്ക്കണം.

205 - 2 = 203

203 ലെ 3 കളയുന്നു. ബാക്കി 20. 20 ൽനിന്നും 3 ന്റെ ഇരട്ടി 6 കുറയ്ക്കണം.

20 - 6 = 14

14 നെ 7 കൊണ്ടു ഹരിക്കാം. അപ്പോൾ 206948 നെയും 7 കൊണ്ടു നിശ്ശേഷം ഹരിക്കാം.

ഇപ്പോൾ ചെയ്ത ക്രിയകൾ ചുവടെ പട്ടികയായി എഴുതിയിരിക്കുന്നു.

സംഖ്യ	ക്രിയ	ഉത്തരം
206948	20694 - 16	20678
20678	2067 - 16	2051

2051	205 - 2	203
203	20 - 6	14

14 നെ 7 കൊണ്ടു ഹരിക്കാം.

അപ്പോൾ 206948 നെയും 7 കൊണ്ട് നിശ്ശേഷം ഹരിക്കാം.

3. 713946 നെ 7 കൊണ്ടു നിശേഷം ഹരിക്കാൻ കഴിയുമോ എന്നു പരിശോധിക്കുക

സംഖ്യ	ക്രിയ	ഉത്തരം
713946	71394 - 12	71382
71382	7138 - 4	7134
7134	713 - 8	705
705	70 - 10	60

60 നെ 7 കൊണ്ട് നിശ്ശേഷം ഹരിക്കാൻ കഴിയില്ല. അപ്പോൾ 713946 നെയും 7 കൊണ്ടു ഹരിക്കാൻ കഴിയില്ല.

4. 3648635 നെ 7 കൊണ്ടു നിശ്ശേഷം ഹരിക്കാൻ കഴിയുമോ എന്നു പരിശോധിക്കുക

സംഖ്യ	ക്രിയ	ഉത്തരം
3648635	364863 - 10	364853
364853	36485 - 6	36479
36479	3647 - 18	3629
3629	362 - 18	344
344	34 - 8	26

26 നെ 7 കൊണ്ടു ഹരിക്കാൻ കഴിയില്ല. അപ്പോൾ 3648635 നെയും 7 കൊണ്ടു ഹരിക്കാൻ കഴിയില്ല.

5. 1794667 നെ 7 കൊണ്ടു ഹരിക്കാമോ എന്നു പരിശോധിക്കുക.

സംഖ്യ	ക്രിയ	ഉത്തരം
1794667	179466 - 14	179452
179452	17945 - 4	17941
17941	1794 - 2	1792
1792	179 - 4	175
175	17 - 10	7

7 നെ 7 കൊണ്ടു ഹരിക്കാം. അപ്പോൾ 1794667 നെയും 7 കൊണ്ടു ഹരിക്കാം.

6. 3888885 നെ 7 കൊണ്ടു നിശ്ശേഷം ഹരിക്കാൻ കഴിയുമോ എന്നു പരിശോധിക്കുക.

സംഖ്യ	ക്രിയ	ഉത്തരം
3888885	388888 - 10	388878
388878	38887 - 16	38871
38871	3887 - 2	3885
3885	388 - 10	378
378	37 - 16	21

21 നെ 7 കൊണ്ടു നിശ്ശേഷം ഹരിക്കാം.

അപ്പോൾ 3888885 നെയും 7 കൊണ്ടു നിശ്ശേഷം ഹരിക്കാം.

13 കൊണ്ടു ഹരിക്കാം

ഒരു സംഖ്യയെ 13 കൊണ്ടു നിശ്ശേഷം ഹരിക്കാൻ കഴിയുമോ എന്നു പരിശോധിക്കുന്നതിനുള്ള മാർഗ്ഗം ചർച്ച ചെയ്യാം. 59319 ആണെന്നിരിക്കട്ടെ സംഖ്യ. ആദ്യം അവസാനത്തെ അക്കം ഉപേക്ഷിക്കുക. ഇപ്പോൾ സംഖ്യ 5931. ഇതിനോട് ഉപേക്ഷിച്ച 9 ന്റെ 4 മടങ്ങ് കൂട്ടണം. 5931 + 36 = 5967. ഇനി 7 ഉപേക്ഷിക്കുക. സംഖ്യ 596. ഇതിനോട് 7 ന്റെ 4 മടങ്ങ് കൂട്ടുക. 596 + 28 = 624. ഇനി 4 ഉപേക്ഷിക്കുക. ബാക്കി സംഖ്യ 62. ഇതിനോട് ഉപേക്ഷിച്ച സംഖ്യയുടെ 4 മടങ്ങു കൂട്ടുക. 62 + 16 = 78. 78 നെ 13 കൊണ്ടു ഹരിക്കാം. അപ്പോൾ 59319 നെയും 13 കൊണ്ടു നിശ്ശേഷം ഹരിക്കാം.

1. 73216 നെ 13 കൊണ്ടു നിശ്ശേഷം ഹരിക്കാമോ എന്നു പരിശോധിക്കുക.

സംഖ്യ	ക്രിയ		ഉത്തരം
73216	7321	+ 24	7345
7345	734	+ 20	754
754	75	+ 16	91

91 നെ 13 കൊണ്ടു ഹരിക്കാം. അപ്പോൾ 73216 നെയും 13 കൊണ്ടു നിശ്ശേഷം ഹരിക്കാം.

2. 49736 നെ 13 കൊണ്ടു നിശ്ശേഷം ഹരിക്കാമോ എന്നു പരിശോധിക്കുക.

സംഖ്യ	ക്രിയ	ഉത്തരം
49736	4973 + 24	4997
4997	499 + 28	527
527	52 + 28	80

80 നെ 13 കൊണ്ടു നിശ്ശേഷം ഹരിക്കാൻ കഴിയില്ല. അപ്പോൾ 49736 നെയും 13 കൊണ്ടു നിശ്ശേഷം ഹരിക്കാൻ കഴിയില്ല.

3. 124046 നെ 13 കൊണ്ടു നിശ്ശേഷം ഹരിക്കാൻ കഴിയുമോ എന്നു പരിശോധിക്കുക.

സംഖ്യ	ക്രിയ	ഉത്തരം
124046	12404 + 24	12428
12428	1242 + 32	1274
1274	127 + 16	143
143	14 + 12	26

26 നെ 13 കൊണ്ടു നിശ്ശേഷം ഹരിക്കാം. അപ്പോൾ 124046 നെയും 13 കൊണ്ടു നിശ്ശേഷം ഹരിക്കാം.

4. 854635 നെ 13 കൊണ്ടു ഹരിക്കാൻ കഴിയുമോ എന്നു പരിശോധിക്കുക.

854635	85463	+ 20	85483
85483	8548	+ 12	8560
8560	856	+ 0	856
856	85	+ 24	109

109 നെ 13 കൊണ്ടു ഹരിക്കാൻ കഴിയില്ല. അതിനാൽ 854635 നെയും 13 കൊണ്ടു നിശ്ശേഷം ഹരിക്കാൻ കഴിയില്ല.

5. 5668, 13 ന്റെ ഗുണിതമാണോ എന്നു പരിശോധിക്കുക.

5668	566	+ 32	598
598	59	+ 32	91

91, 13 ന്റെ ഗുണിതമാണ്. അതിനാൽ 5668, 13 ന്റെ ഒരു ഗുണിതമാണ്.

6. 7098, 13 ന്റെ ഒരു ഗുണിതമാണോ എന്നു പരിശോധിക്കുക.

7098	709	+ 32	741
741	74	+ 4	78

78, 13 ന്റെ ഗുണിതമാണ്. അതിനാൽ 7098 ഉം 13 ന്റെ ഗുണിതമാണ്.

7. 897, 13 ന്റെ ഒരു ഗുണിതമാണോ?

897	89	+ 28	117
117	11	+ 28	39

39, 13 ന്റെ ഗുണിതമാണ്. അതിനാൽ 897 ഉം 13 ന്റെ ഗുണിതമാണ്.

17 കൊണ്ടു ഹരിക്കാം

ഒരു സംഖ്യയെ 17 കൊണ്ടു നിശ്ശേഷം ഹരിക്കാൻ കഴിയുമോ എന്നു പരിശോധിക്കുന്നതെങ്ങനെയെന്ന് പഠിക്കാം. സംഖ്യ 60537 ആണെന്നിരിക്കട്ടെ. അവസാനത്തെ അക്കം 7 ഒഴിവാക്കുക. ശേഷിക്കുന്ന 6053 ൽനിന്നും 7 ന്റെ 5 മടങ്ങ് കുറയ്ക്കുക. 6053 - 35 = 6018. ഇനി 8 ഒഴിവാക്കുക. ശേഷിക്കുന്ന 601 ൽനിന്നും 8 ന്റെ 5 മടങ്ങ് കുറയ്ക്കുക. 601 - 40 = 561. ഇനി 1 ഒഴിവാക്കുകയും 1 ന്റെ 5 മടങ്ങ് 56 ൽ നിന്ന് കുറയ്ക്കുകയും ചെയ്യുക. 56 - 5 = 51. 51 നെ 17 കൊണ്ടു നിശ്ശേഷം ഹരിക്കാം. അപ്പോൾ 60537 നെയും 17 കൊണ്ടു നിശ്ശേഷം ഹരിക്കാം.

1. 825044 നെ 17 കൊണ്ടു നിശ്ശേഷം ഹരിക്കാൻ കഴിയുമോ എന്നു പരിശോധിക്കുക.

825044	82504 - 20	82484
82484	8248 - 20	8228
8228	822 - 40	782
782	78 - 10	68

68 നെ 17 കൊണ്ടു നിശ്ശേഷം ഹരിക്കാം. അപ്പോൾ 825044 നെയും 17 കൊണ്ടു നിശ്ശേഷം ഹരിക്കാം.

2. 43231 നെ 17 കൊണ്ടു നിശ്ശേഷം ഹരിക്കാമോ എന്നു പരിശോധിക്കുക.

43231	4323 - 5	4318
4318	431 - 40	391
391	39 - 5	34

34 നെ 17 കൊണ്ടു ഹരിക്കാം. അപ്പോൾ 43231 നെയും 17 കൊണ്ടു ഹരിക്കാം.

3. 101388 നെ 17 കൊണ്ടു നിശേഷം ഹരിക്കാൻ കഴിയുമോ എന്നു പരിശോധിക്കുക

101388	10138 - 40	10098
10098	1009 - 40	969
969	96 - 45	51

51, 17 ന്റെ ഗുണിതമാണ്. അതിനാൽ 101388 ഉം 17 ന്റെ ഗുണിതമാണ്.

4. 14943 നെ 17 കൊണ്ടു നിശേഷം ഹരിക്കാൻ കഴിയുമോ എന്നു പരിശോധിക്കുക.

14973	1494 - 15	1479
1479	147 - 45	102

102 നെ 17 കൊണ്ടു ഹരിക്കാം. അതിനാൽ 14943 നെയും 17 കൊണ്ടു ഹരിക്കാം.

5. 88888 നെ 17 കൊണ്ടു ഹരിക്കാൻ കഴിയുമോ എന്നു പരിശോധിക്കുക.

88888	8888 - 40	8848
8848	884 - 40	844
844	84 - 20	64

64 നെ 17 കൊണ്ടു ഹരിക്കാൻ കഴിയില്ല. അതിനാൽ 88888 നെയും 17 കൊണ്ടു ഹരിക്കാൻ കഴിയില്ല.

6. 645, 17 ന്റെ ഗുണിതമാണോ എന്നു പരിശോധിക്കുക.

645: 64 - 25 = 39

39, 17 ന്റെ ഗുണിതമല്ല. അപ്പോൾ 645 ഉം 17 ന്റെ ഗുണിതമല്ല.

7. 986, 17 ന്റെ ഗുണിതമാണോ എന്നു പരിശോധിക്കുക.

986: 98 - 30 = 68

68, 17 ന്റെ ഗുണിതമാണ്. അപ്പോൾ 986 ഉം 17 ന്റെ ഗുണിതമാണ്.

8. 493, 17 ന്റെ ഗുണിതമാണോ?

493: 49 - 15 = 34

34, 17 ന്റെ ഗുണിതമായതുകൊണ്ട് 493 ഉം 17 ന്റെ ഗുണിതമാണ്.

9. 748, 17 ന്റെ ഗുണിതമാണോ?

748: 74 - 40 = 34

748, 17 ന്റെ ഗുണിതമാണ്. കാരണം 34, 17 ന്റെ ഗുണിതമാണ്.

19 കൊണ്ടു ഹരിക്കാം

വിട്ടുകളയുന്ന സംഖ്യയുടെ ഇരട്ടി കൂട്ടുക എന്നതാണ് നിയമം. 54397 നെ 19 കൊണ്ടു ഹരിക്കാൻ കഴിയുമോ എന്നു പരിശോധിക്കാം. ആദ്യം 7 ഒഴിവാക്കിയിട്ട് അതിന്റെ ഇരട്ടി 14 ശേഷിക്കുന്ന 5439 നോടു കൂട്ടുക. 5439 + 14 = 5453. ഇനി 5453 ലെ 3 ഒഴിവാക്കിയിട്ട് അതിന്റെ ഇരട്ടി 545 നോടു കൂട്ടുക. 545 + 6 = 551. വീണ്ടും 1 ന്റെ ഇരട്ടി 55 നോടു കൂട്ടുക. 55 + 2 = 57. 57 നെ 18 കൊണ്ടു നിശ്ശേഷം ഹരിക്കാം. അതിനാൽ 54397 നെയും 19 കൊണ്ട് നിശ്ശേഷം ഹരിക്കാം.

1. 1064 നെ 19 കൊണ്ടു നിശ്ശേഷം ഹരിക്കാമോ എന്നു പരിശോധിക്കുക.

   1064: 106 + 8 = 114

   114 നെ 19 കൊണ്ടു നിശ്ശേഷം ഹരിക്കാം. അപ്പോൾ 1064 നെയും 19 കൊണ്ടു ഹരിക്കാം.

2. 1216, 19 ന്റെ ഗുണിതമാണോ എന്നു പരിശോധിക്കുക.

   1216: 121 + 12 = 133

19 × 7 = 133. അപ്പോൾ 19 ന്റെ ഗുണിതമാണ് 1216.

3. 741, 19 ന്റെ ഗുണിതമാണോ എന്നു പരിശോധിക്കുക:

741: 74 + 2 = 76

19 × 4 = 76

19 ന്റെ ഗുണിതമാണ് 741.

4. 1805, 19 ന്റെ ഗുണിതമാണോ എന്നു പരിശോധിക്കുക.

1805 → 180 + 10 = 190

190 → 19 + 0 = 19

1805, 19 ന്റെ ഒരു ഗുണിതമാണ്.

5. 1881 നെ 19 കൊണ്ടു നിശ്ശേഷം ഹരിക്കാൻ കഴിയുമോ എന്നു പരിശോധിക്കുക.

1881→ 188 + 2 = 190

190 → 19 + 0 = 19

1881 നെ 19 കൊണ്ടു നിശേഷം ഹരിക്കാം.

6. 118826 നെ 19 കൊണ്ടു നിശേഷം ഹരിക്കാൻ കഴിയുമോ എന്നു പരിശോധിക്കുക.

118826 → 11882 + 12 = 11894

11894 → 1189 + 8 = 1197

1197 → 119 + 14 = 133

133, 19 ന്റെ ഗുണിതമാണ്. അപ്പോൾ 118826 ഉം 19 ന്റെ ഗുണിതമാണ്.

7. 1638 നെ 19 കൊണ്ടു ഹരിക്കാമോ എന്നു പരിശോധിക്കുക.

1638 → 163 + 16 = 179

179 → 17 + 18 = 35

35 നെ 19 കൊണ്ടു ഹരിക്കാൻ കഴിയില്ല.

1638 നെയും 19 കൊണ്ടു ഹരിക്കാൻ കഴിയില്ല

8. 163856 നെ 19 കൊണ്ടു നിശ്ശേഷം ഹരിക്കാമോ?

163856	16385 + 12	16397
16397	1639 + 14	1653
1653	165 + 6	171
171	17 + 2	19

19 നെ 19 കൊണ്ടു ഹരിക്കാം അതിനാൽ 163856 നെയും 19 കൊണ്ടു ഹരിക്കാം.

www.ingramcontent.com/pod-product-compliance
Lightning Source LLC
LaVergne TN
LVHW060117051026
849517LV00007B/2333
* 9 7 8 9 3 9 4 7 5 3 9 0 7 *